अॅग्रोवन कृषी ज्ञानमाला

पाणीदार गावे

सकाळ प्रकाशन

सकाळ प्रकाशन

पाणीदार गावे

प्रथम आवृत्ती : नोव्हेंबर २०१४
द्वितीयावृत्ती : ऑक्टोबर २०१६

प्रकाशक
सकाळ पेपर्स प्रा. लि.
५९५, बुधवार पेठ, पुणे २.

मुखपृष्ठ - मांडणी
सुनील पाटीले

संदर्भ व छायाचित्रे, सौजन्य
सकाळ संदर्भ ग्रंथालय

संपर्क :
पुस्तक प्रकाशन विभाग, सकाळ पेपर्स लि.,
८८८८८ ४९०५० / ०२०-२४४०५६७८
sakalprakashan@esakal.com

ISBN 978-93-84316-25-9

प्रस्तावना

पाणी हा महाराष्ट्रापुढचा कळीचा मुद्दा बनणार आहे, असा इशारा अनेक तज्ज्ञ गेली दोन दशके देत होते. आता पाणी हा खरेच जीवन-मरणाचा मुद्दा बनला आहे. या काळात आपण (म्हणजे सरकारसह आपण सारे) ज्या गतीने आपली मानसिकता बदलायला हवी होती, तितक्या गतीने बदलू शकलो नाही. परिणामी हा प्रश्न दिवसेंदिवस गंभीर होत गेला. अपवाद वगळला तर शहरांना किमान पाणी उपलब्ध होते. गावांची आणि विशेषतः ती ज्या व्यवसायावर अवलंबून असतात त्या शेतीची तहान भागवण्याकडे मात्र आपल्याला तितकेसे लक्ष देता आले नाही किंवा ते दिले गेले नाही. गावे आणि शेतीची कोरड वाढत गेल्याने पोट जाळण्यासाठी शहरांकडचे लोंढे वाढत गेले. शहरांच्या पायाभूत सुविधा त्यामुळे कोलमडून पडत असल्या तरी शहरवासीयांना आरामाची जिंदगी जगता येण्यासाठी हक्काचे कष्टकरी मिळाले. गावात मोकळ्या हवेत राहणाऱ्यांना शहरांतील गटारांकडेला पथारी टाकावी लागली. शाश्वत कृषी विकासाच्या, ग्रामप्रगतीच्या, महात्मा गांधींच्या स्वप्नातील ग्रामस्वराज्याच्या गप्पा करणारे आपण या वास्तवाकडे डोळझाक करत राहिलो. एकट्या पाण्याने (पाण्याच्या अभावाने) इतके सारे अनर्थ केले. पाण्याला विकासाचे इंधन का म्हटले जाते ते यावरून स्पष्ट व्हावे. आता वेळीच हस्तक्षेप केला नाही तर परिस्थिती आणखी गंभीर व्हायला खरेच वेळ लागणार नाही.

ग्रामीण महाराष्ट्राची अशी अवनती होत असताना सरकार हातावर हात ठेवून बसले होते असेही नाही. जलसंधारणाच्या, ग्रामविकासाच्या हजारो कोटींच्या योजना या काळात राबवल्या गेल्या. पण त्या साऱ्याच फळाला आल्या नाहीत. भ्रष्टाचार, लोकसहभागाचा अभाव, निधीची अपुरी तरतूद यांसह अनेक कारणांमुळे निधी खर्ची पडूनही हवे तेवढे पाणी काही आपल्या हाताला लागले नाही. निधी मुरला; पण पाणी जिरले नाही. राळेगणसिद्धी, हिवरेबाजार, कडवंची अशी काही जलसंधारणात सातत्य टिकवणारी गावे आपण कौतुकाने मिरवत राहिलो. त्या पलीकडे मात्र फारसे आपल्याला जाता आले नाही.

अगदी गळ्याशी आल्यावर मात्र काही गावांनी एकत्र येऊन हातपाय हलवायला सुरुवात केली आहे. लोकसहभाग आणि काही प्रमाणात शासकीय निधी किंवा खासगी मदत घेऊन या गावांनी जलसंधारणासाठी कंबर कसली. प्रस्तुत पुस्तकात अशा गावांच्या

यशकथांची मांडणी केली आहे. मध्यंतरी पावसाने खूप ओढ दिल्यावर ग्रामीण भागासह सर्वच स्तरांतून सरकार आणि प्रशासनाच्या नावाने आरडाओरडा सुरू झाला. त्यावेळी स्वबळावर पाण्याचे इंधन मिळवून प्रगती साधणाऱ्या गावांच्या यशकथा 'ॲग्रोवन'मधून देण्याचा विचार पुढे आला. राज्यातील सर्व प्रमुख जिल्ह्यातील गावे त्यासाठी निवडण्यात आली आणि आश्चर्य म्हणजे सर्वत्र अशी स्वावलंबी गावे असल्याचे आढळून आले. या गावांनी सरकारच्या मदतीची वाट न पाहता आपली गावे जलसमृद्ध करण्याचा वसा घेतला. मिळेल ती मदत पवित्र मानली; पण त्याविना काही अडणार नाही याचीही काळजी त्यांनी घेतली. त्यामुळे ती वेगाने पाणीदार झाली. हा प्रवास सोपा होता असे नाही. पण निर्धार केल्यावर आणि विधायक विचाराची माणसे एकत्र आल्यावर जलक्रांती करता येऊ शकते, असा विश्वास या गावांनी निर्माण केला. इतर गावांसाठी तो दीपस्तंभासारखा मार्गदर्शक ठरावा या उद्देशानेच 'ॲग्रोवन'मधील मालिका आता पुस्तकरूपात आणली जात आहे. गावांना, गावच्या पुढाऱ्यांना, शेतकऱ्यांना या गावांचा वस्तुपाठ गिरवून आपलेही गाव प्रगतीच्या मार्गावर नेता येणे शक्य होणार आहे.

'सकाळ' माध्यम समूहाने पाण्यासह महाराष्ट्राच्या विकासासाठी आवश्यक असणाऱ्या महत्त्वाच्या १६ क्षेत्रांत काम करण्याचा निर्णय घेतला आहे. या क्षेत्रातील समस्या वरवर न तपासता, शास्त्रीय दृष्टिकोनाने खोलात जाऊन अभ्यास करणे आणि सर्वांगीण विकासाचा अजेंडा निश्चित करणे हा त्यामागचा हेतू आहे. या उपक्रमांतर्गत स्वाभाविकपणेच प्रथम पाणी या विषयाचा अभ्यास करण्यात आला. मलेशियन सरकारच्या पेमांडू युनिटच्या सहकार्याने अभ्यासाची कार्यपद्धत्ती निश्चित करण्यात आली आणि पाणी या विषयावरील पहिली लॅब मुंबईमध्ये या क्षेत्रातील तज्ञांच्या मदतीने पार पडली. सहा आठवडे तज्ज्ञांच्या, लोकांच्या सहभागातून झालेल्या या लॅबमधून महाराष्ट्राचा पाणी प्रश्न सोडवण्यासाठी, महाराष्ट्र दुष्काळमुक्त करण्यासाठी ३२ प्रमुख उपाययोजना निश्चित करण्यात आल्या. 'सर्व जल अभियाना'च्या माध्यमातून राज्यभर याविषयी जनजागरण करण्यात आले. त्याचे दृश्य परिणाम आता दिसू लागले आहेत. शहरांबरोबरच अनेक गावांनी जलसंधारणासाठी पावले उचलली आहेत. आपण साऱ्यांनी मनावर घेतले तर पाणीप्रश्न सुटू शकतो, असा संदेश या अभियानाने दिला.

पाण्याच्या समस्येशी झुंजणाऱ्या आणि आयाबायांच्या डोक्यावर हंडा ठेवणाऱ्या गावांनी प्रस्तुत पुस्तकातून काही प्रेरणा घेतली तर महिलांचे कष्ट कमी होतीलच; पण त्याचबरोबर समृद्धीचे नवे वारे गावागावांत खेळल्याशिवाय राहणार नाही हे निश्चित!

आदिनाथ चव्हाण, संपादक, ॲग्रोवन

अनुक्रमणिका

मराठवाडा

उत्तर महाराष्ट्र

मराठवाडा

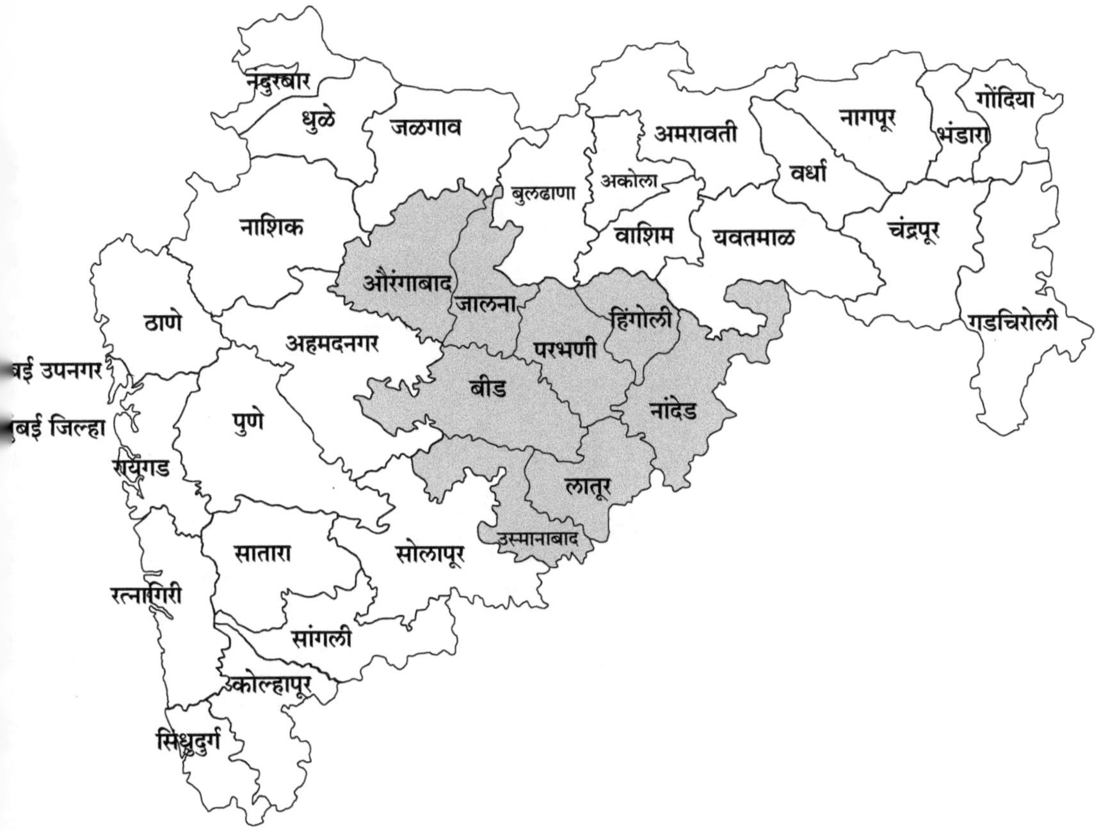
नंदुरबार
धुळे
जळगाव
अमरावती
नागपूर
गोंदिया
भंडारा
वर्धा
बुलढाणा
अकोला
नाशिक
वाशिम
यवतमाळ
चंद्रपूर
औरंगाबाद
जालना
हिंगोली
ठाणे
अहमदनगर
परभणी
गडचिरोली
बई उपनगर
बीड
बई जिल्हा
पुणे
नांदेड
रायगड
लातूर
उस्मानाबाद
सातारा
सोलापूर
रत्नागिरी
सांगली
कोल्हापूर
सिंधुदुर्ग

शिवणी : उपलब्ध पाण्याचा ताळेबंद मांडणारे गाव

सरासरीपेक्षा पाऊस कमी असूनही पाण्याचे योग्य नियोजन करणारी जी काही मोजकी गावे महाराष्ट्रात आहेत, त्यांतील एक आहे, जालना जिल्ह्यातील शिवणी. पाण्याचा ताळेबंद मांडून, वापराचे काटेकोर नियंत्रण करून या गावाने आदर्श निर्माण केला आहे.

सतीश कुलकर्णी

उपलब्ध पाण्याच्या वापराचे काटेकोर नियोजन करणारे गाव म्हणून जालन्यातील शिवणी हे गाव ओळखले जाते. या गावाने पडणाऱ्या पावसाचा थेंबन् थेंब अडवण्यासाठी जलसंधारणाची कामे केली असून, त्याला परिसरातील कृषी विज्ञान केंद्र आणि 'वॉटर' सारख्या स्वयंसेवी संस्थांच्या तांत्रिक मदतीची जोड मिळाली आहे. भूगर्भातून १२५ फुटांवरून वाहून जाणारे पाणी अडवण्यात आले असून, दरवर्षी पडणाऱ्या पावसानुसार पाण्याचा ताळेबंद गावामध्ये एकोप्याने मांडला जातो. उपलब्ध पाणी आणि उपलब्ध जमिनीचा मेळ घालत पिण्याचे पाणी, जनावरांसाठीचे पाणी बाजूला ठेवूनच शेतीसाठी पाणी वापरत आहेत. खरिपातील एका पिकावर अवलंबून असणारे शेतकरी आता दोन-दोन पिके घेत आहेत. गावात समृद्धी आली आहे.

शेतकऱ्यांच्या एकोप्याने कामे झाली पूर्ण

- २००० मध्ये एकात्मिक कीड व्यवस्थापनाचा एक प्रकल्प गावात सुरू झाला. त्यात दहा

पाण्याची उपलब्धता वाढली असली तरी पाण्याचा वापर सूक्ष्म सिंचनातून व काटेकोरपणे केला जातो. आता शिवणीतील शेतकरी आधुनिक शेतीकडे वळले आहेत. गावात दहा शेतकरी शेडनेटमधील शेती करत असून, त्यांचा एक गट आहे.

शेतकऱ्यांनी भाग घेतला. या प्रकल्पामुळे एकत्र आल्याने लोकांना एकीचे महत्त्व कळले. लोकांना चांगले उत्पादन मिळाल्याने हुरूप वाढला. त्यात २००१ या वर्षी शासनाचे ग्राम स्वच्छता अभियान सुरू झाले. गावाने त्यात भाग घेतला. जिल्ह्यातील पहिल्या क्रमांकाचे पारितोषिक गावाला मिळाले.

- गावातील एकोपा पाहून वॉटर संस्थेने लोक सहभागातून दारिद्र्यनिर्मूलन हा १०० दिवसांचा प्रकल्प राबवला, त्यात जलसंधारणाची कामे करण्यात आली. त्यासाठी गावाने १६ टक्के कामे श्रमदानातून करण्याची अट होती; मात्र गावाने ३२ टक्क्यांपेक्षा जास्त जलसंधारणाची कामे श्रमदान करत ५५ दिवसांत पूर्ण केली. या कामांत २५० ऐवजी २८० दगडी पोवळी, माती नाला बांध उभारणी (यातील काही कामे कृषी विभागाच्या माध्यमातून), शेतीची बांधबंदिस्ती, १० ऐवजी १२ सिमेंट नाला बांध, गावशिवारामध्ये जलशोषक चर, चिबड चर अशी कामे पूर्ण करण्यात आली. सरासरी पावसाला गावशिवाराची अपधाव १९८ टीसीएम (हजार अब्ज घन मीटर) आहे, या कामांमुळे त्यापैकी ११४ टीसीएम पाणी अडवण्यात यश आले.
- पाणी साठवण्यासाठी गावातील १० टीसीएम तलावातील गाळ काढण्यात आला, त्यामुळे पाणी साठवण क्षमतेत वाढ झाली. २००४ पर्यंत ही कामे पूर्ण झाली.

तांत्रिक मार्गदर्शन ठरले महत्त्वाचे...

- ही कामे पूर्ण झाल्याने लोकांच्या अपेक्षा वाढल्या होत्या. मात्र त्या वर्षी सरासरीएवढा पाऊस होऊनही अपेक्षित पाणी मिळाले नाही. त्यावर जालना येथील कृषी विज्ञान केंद्रातील पंडित वासरे, तसेच औरंगाबाद आणि पुणे येथील भूगर्भ सर्वेक्षण विभाग 'जीएसडीए' यांच्या तांत्रिक

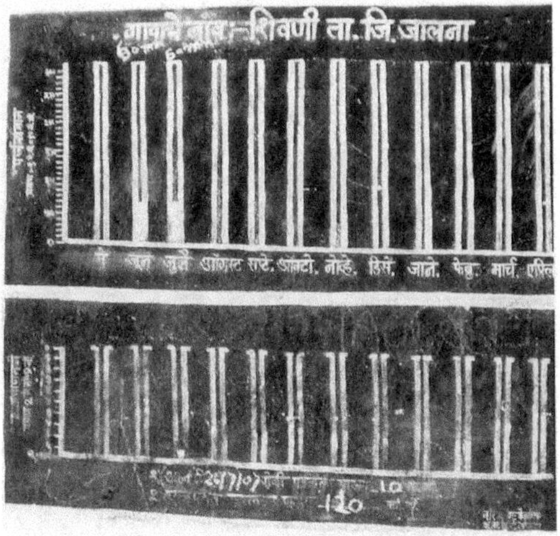

मदतीने गावातील भूगर्भाचा अभ्यास करण्यात आला.

- या अभ्यासात गावशिवारातील पाणी भूगर्भामध्ये मुरल्यानंतर एका विशिष्ट खोलीवरून वाहून जात असल्याचे लक्षात आले. त्यावर उपाययोजना म्हणून भूगर्भातील पोकळ्या बंद करण्याच्या सूचना व प्रस्तावित खर्चाचा अंदाज दिला. ही घटना २४ मे २००५ च्या दरम्यान घडली.
- त्या कामासाठी जिल्हा परिषदेच्या शिवकालीन पाणी साठवण योजनेमधून निधी उपलब्ध झाला. त्यात १० टक्के लोकवाटा अपेक्षित होता. भूगर्भातून १२५ फुटांखालून वाहून जाणारे पाणी अडवण्यासाठी ओळीने बोअर घेऊन त्यामध्ये सिमेंट स्लरी भरण्यात आली. याला इंग्रजीमध्ये 'फ्रॅक्चरिंग सिमेंट सीलिंग' म्हणतात. हे महाराष्ट्रातील अशा प्रकारचे पहिलेच काम होते.
- या कामामुळे गावातील बोअर आणि विहिरींना चांगले पाणी उपलब्ध झाले. पूर्वी कोरडवाहू असलेले गाव खरिपातील एका पिकाऐवजी दोन पिके घेऊ लागले. मात्र पाण्याचे नियोजन करण्याच्या दृष्टीने गावाने प्रयत्न सुरू केले.
- गावात पडलेल्या पावसाचे मोजमाप करण्यासाठी गावात पर्जन्यमापक बसवून पाण्याचा जलालेख तयार केला. त्यावर आधारित पाण्याचा ताळेबंद २००६ मध्ये मांडण्यात आला. पाण्याचा ताळेबंद मांडणारे पहिले गाव ठरले.
- गावातील उपलब्ध पाणी आणि उपलब्ध जमीन यांचा ताळमेळ ठेवत पिण्याच्या, जनावरांच्या पाण्याला प्राधान्य देत शेतीसाठी पाणी वापरले जाते.
- शेतामध्ये पाटपाणी देण्याची पद्धत पूर्णपणे बंद करण्यात आली असून, सूक्ष्म सिंचन पद्धतीचा वापर केला जातो. गावात ठिबक सिंचन १०० एकर, तुषार सिंचन यंत्रणा प्रत्येकाकडे आहे.
- पाण्याचा काटकसरीने वापर करण्यासाठी पाच वर्षांपासून शेडनेटखालील शेतीला सुरुवात केली. आता शेडनेटमध्ये शेती करणारे दहा शेतकरी असून, कमी पाण्यावर येणारे कांदा व भाजीपाला पिकांचे बीजोत्पादन मोठ्या प्रमाणात घेतले जाते.
- गावात दोन ट्रॅक्टरवरून आज दहा ट्रॅक्टर आहेत. दोन मोटार सायकलींवरून ४० मोटारसायकली आणि चार चारचाकी गाड्या झाल्या आहेत.

शिवारामध्ये शेतीची बांधबंदिस्ती केल्यामुळे शेतात पाणी मुरण्यास मदत झाली.

यंदाची परिस्थिती

- या वर्षीचा पाऊस २४० मिलिमीटर असून सरासरीच्या एक तृतीयांश झाला आहे.
- गावाला पिण्याच्या व जनावरांच्या पाण्याची अडचण होणार असल्याचे ऑक्टोबरमध्ये लक्षात आले. कुठल्याही पिकाला पाणी देणे शक्य होणार नसल्याने रब्बीमध्ये कोणतेही पीक न घेण्याचा निर्णय गावाने घेतला आहे.
- १५ फेब्रुवारीपर्यंत गावात हापशांना पाणी होते. मात्र हळूहळू ते पाणी कमी होत आहे.

संपर्क : **उद्धव खेडेकर,** ९४२३७३०६१७

(प्रकाशन दिनांक : ४ मार्च २०१३)

लोकसहभागातून घडला 'मेडसिंगा पॅटर्न'

लोकसहभागाने परिपूर्ण जलसंधारणाचा 'मेडसिंगा पॅटर्न' उस्मानाबाद जिल्ह्यात नावारूपास आला आहे. त्याचीच परिणिती म्हणून मेडसिंगा गावातील २७ विहिरी, ३२ बोअरच्या पाणीपातळीत वाढ झाली. परिसरातील एक हजार हेक्टरवरील पिकांसाठी पाण्याचा शाश्वत स्रोत तयार झाला.

सुदर्शन सुतार

उस्मानाबाद तालुक्यातील मेडसिंगा हे २७०० लोकवस्तीचे गाव. पाऊस हाच काय तो पाण्याचा एकमेव स्रोत. सुमारे १२०० हेक्टरपर्यंत गावचे शेतीक्षेत्र. ऊस, सोयाबीन, हरभरा, तूर, ज्वारी पिकांसह आंबा, अंजिराच्या बागाही गावात आहेत; पण सर्वाधिक क्षेत्र उसाचे. रुईभर प्रादेशिक नळ पाणी योजनेतून पिण्यासाठी पाणी मिळायचे. मात्र गेल्या दोन वर्षांपासून कधी पाण्याचा, कधी विजेचा, तर कधी तांत्रिक अडचणींचा अडथळा पुरेसे पाणी मिळण्यामध्ये येऊ लागला. शेतीच्या पाण्याची स्थिती त्याहून बिकट झाली. सगळ्या संकटांवर मार्ग सापडला जलसंधारण कामांतून. काही सकारात्मक घडवायचे असा निश्चय गावकऱ्यांनी केला. त्याला कृषी सहायक ए. एल. जाधव यांनी साथ देत जलसंधारणाच्या विविध योजनांची माहिती दिली. सरपंच रघुराम आगळे व ग्रामपंचायत सदस्यांच्या सहकार्याने कामांना सुरुवात झाली.

पिण्याच्या पाण्याचा प्रश्न सुटला

रुईभर योजनेच्या पाण्यावर अवलंबून न राहता गावात ग्रामपंचायतीने दोन बोअर घेतल्या. त्यावर विविध भागांत प्रत्येकी पाच हजार लिटर क्षमतेच्या चार टाक्या बांधल्या. त्याला नळाची सोय करून पाणीपुरवठा सुरू केला. दोन बोअर गावतलाव कार्यक्षेत्रात आहेत. गाळामुळे अत्यंत कमी पाणी तलावात साठायचे. एकात्मिक पाणलोट योजनेतून गाळ उपसा काम सुरू झाले. गावकरी श्रमदानासाठी

पुढे आले. बघता-बघता जवळपास १० हजार ५०० घनमीटर गाळाचा उपसा झाला. त्याचे परिणाम समोर आले. पावसामुळे पाणी साठले. पूर्वी दीड मीटरपर्यंत असलेली पाणीपातळी तीन मीटरपर्यंत वाढली. ग्रामपंचायतीने पाण्यासाठी घेतलेल्या बोअरलाही पाणी टिकून आहे. आज जुलै महिना उजाडला; मात्र पाण्याची टंचाई नाही, कोणता टँकर नाही, हातपंपही पुरेशा दाबाने सुरू आहेत.

मेडसिंगा पॅटर्नमधील ठळक कामे

- शेतकऱ्यांकडून शेतशिवारांत बांधबंदिस्ती
- जमिनीच्या उतारानुसार समतल चरी
- अधिकाधिक पाणी शेतात साठेल-मुरेल यासाठी विविध प्रयोग
- गावतलावातील गाळ काढणे, सिमेंट बंधाऱ्यांची दुरुस्ती

वाढला शेतीसाठीच्या पाण्याचा स्त्रोत

गावच्या बाजूने जुना ओढा आहे. त्यात पूर्वी जवळपास १६ सिमेंट बंधारे बांधले आहेत. मात्र ते नादुरुस्त होते. त्यांची दुरुस्ती केली. गाळ काढण्यात आला. त्यासाठी महात्मा जोतिबा फुले जलभूमी संधारण अभियानातून निधी उपलब्ध झाला. बंधाऱ्याचे बांधकाम आणि ओढ्याच्या खोलीकरणामुळे सुमारे ६४ टीसीएम पाणी साठवण क्षमता तयार झाली, त्यामुळे भागातील शेतीसाठीच्या पाण्याचा स्त्रोत वाढला. गावच्या चोहोबाजूंनी हे बंधारे असल्याने गाव परिसरातील सुमारे एक हजार हेक्टर शेतीक्षेत्राला त्याचा लाभ होत आहे.

शेतकऱ्यांनी केली बांधबंदिस्ती

गावतलाव आणि सिमेंट बंधाऱ्यातील गाळ काढल्यामुळे गेल्या वर्षी झालेल्या थोड्या पावसानेही यंदाच्या जुलैपर्यंत त्याचा लाभ होत आहे. आज विहिरींची पाणीपातळी टिकून आहे. पाणी अडवण्याचे महत्त्व कळल्यामुळे प्रत्येक शेतकऱ्याने आपल्या शेतशिवारात बांधबंदिस्ती केली आहे. समपातळीतील चर खोदून आवश्यक ठिकाणी पाणी अडवले आहे. अधिकाधिक पाणी साठेल, मुरेल अशी व्यवस्था केली आहे, त्यामुळे प्रत्येक शेतकऱ्याचे पाणी त्याच्याच शेतात अडते. गावातील सुमारे ९५० हेक्टर क्षेत्रावर बांधबंदिस्तीची कामे झाली आहेत.

तलावासह बंधाऱ्यात पुनर्भरणाची प्रक्रिया

गावच्या तलावासह बंधाऱ्यात 'रिचार्ज शाफ्ट' घेण्यात आले. ज्या तलावामध्ये स्वतंत्र जागी १३x७x२ मीटरचा खड्डा घेतला, त्याच्या आतमध्ये पुन्हा २x२ फुटांचा खड्डा घेण्यात आला. ज्यामध्ये

दरवर्षी तळ गाठणाऱ्या विहिरींची पाणीपातळी तोंडापर्यंत आली आहे.

७० फूट अंतरापर्यंत बोअर घेण्यात आले. त्यात १४ फूट अंतरावर प्रत्येक इंचावर छिद्र असणारा पाइप सोडण्यात आला. त्याला काथ्या गुंडाळून तो खड्ड्यात सोडण्यात आला. पाइपच्या बाजूने नदीतील दगडगोटे टाकण्यात आले, जेणेकरून पाण्याच्या पुनर्भरणाची प्रक्रिया होऊन, पाणी टिकून राहील, असा उद्देश ठेवला. गावतलावात एक आणि सिमेंट बंधाऱ्यात चार अशा पाच ठिकाणी हा प्रयोग केला.

पाणीपातळीत वाढ

जलसंधारणाच्या विविध प्रयोगांमुळे आज गाव परिसरातील सुमारे २७ विहिरींच्या पाणीपातळीत वाढ झाली आहे. उन्हाळ्यात कायम दीड-दोन मीटरपर्यंत असणारी पाणीपातळी यंदा जुलैत अद्याप पाऊस नसतानाही पाच मीटरपर्यंत टिकून आहे. ३२ बोअरच्या पाणीपातळीतही लक्षणीय वाढ झाली आहे. पूर्वी दोन तास चालणारे वीजपंप आज चार तासांपर्यंत चालतात.

पाणीक्षमता वाढली

गावतलाव, सिमेंट बंधारे, बांधबंदिस्ती आणि

कृषी विभाग व लोकसहभागामुळे आम्ही जलसंधारणाची कामे करू शकलो. आज गावात पिण्याच्या व शेतीच्या पाण्याचा प्रश्न सुटला आहे.

रघुराम आगळे,
सरपंच, मेडसिंगा

माझ्या पंधरा एकर शेतात ऊस, सोयाबीन आहे. यंदा विहिरीची पाणीपातळी वाढली आहे. दर वर्षी तास–दीड तास चालणारा वीजपंप आज चार तास चालतो.

विनोद लांडगे,
शेतकरी, मेडसिंगा

माझ्या १४ एकर शेतीत तीन एकर ऊस आहे. दोन बोअर आहेत. त्यांची पाणीपातळी वाढली आहे.

बळीराम रोहिले,
शेतकरी, मेडसिंगा

गावतलावातील पाणीपातळी आजही टिकून आहे.

जलसंधारणाच्या प्रयोगांमुळे तलावात १०.५ टीएमसी, बंधाऱ्यांत ६४ टीएमसी, बांधबंदिस्ती व अन्य कामांतून ४२८.८५ टीएमसी अशी एकूण ५०३.३५ टीएमसी पाणीपातळी वाढली. ग्रामस्थांच्या धडपडीला तत्कालीन जिल्हाधिकारी के. एन. नागरगोजे, जिल्हा कृषी अधीक्षक कृषी अधिकारी शंकर तोटावार, तालुका कृषी अधिकारी संजय जाधव, मंडल कृषी अधिकारी जी. व्ही. सस्ते, कृषी पर्यवेक्षक आर. बी. पाटील, कृषी सहायक ए. एल. जाधव आदींनी साथ दिली. एकात्मिक पाणलोट विकासासह महात्मा फुले जलभूमी संधारण अभियान आदी योजनांतून सुमारे ८० लाख ७६ हजार रुपयांचा निधी खर्ची पडला.

सामाजिक उपक्रमांत अग्रेसर

मेडसिंगा गावाने राष्ट्रसंत तुकडोजी महाराज ग्रामस्वच्छता अभियानाचे बक्षीस पटकावले आहे. स्वच्छतेबाबतही कायम आग्रही राहताना परिसरात सुमारे सहा हजार विविध वृक्षांची लागवड केली आहे. गावातील तरुण तसेच शेतकऱ्यांसाठी कृषी वाचनालय सुरू केले आहे. त्यात 'ॲग्रोवन'सह अन्य दैनिके, पुस्तके व साहित्य उपलब्ध आहे. अद्ययावत व्यायामशाळा आहे.

रघुराम आगळे, (सरपंच), **ए. एल. जाधव,** (कृषी सहायक), ९४२०१५८८८८
(प्रकाशन दिनांक : ७ जुलै २०१४)

नाला रुंदीकरण, खोलीकरण झाले, शेतीला पाणी उपलब्ध झाले

सुरेश खानापूरकर यांच्या 'शिरपूर पॅटर्न'ची प्रेरणा घेऊन जालना जिल्ह्यातील डोणगाव दर्गा येथे शेतकरी, कृषी विभाग व गावातील अन्य सर्व घटक एकत्रित आले. स्वखर्च, स्वकष्ट व स्वनिधीतून नाल्यांचे खोलीकरण व रुंदीकरण झाले. आता विहिरी व भूजल पातळी वाढण्यास मदत झाली असून, शेतकऱ्यांना मोसंबी, कापूस आदी पिके चांगल्या प्रकारे घेणे शक्य होणार आहे.

प्रदीप अजमेरा

सुमारे १८४२ हेक्टर पेरणीलायक क्षेत्र असलेल्या डोणगाव दर्गा गावात १३५ हेक्टर क्षेत्र मोसंबी पिकाखाली होते. मात्र, दुष्काळी परिस्थितीमुळे त्यातील ३५ हेक्टर क्षेत्रावरील बागा पूर्ण जळाल्या. उर्वरित १०० हेक्टरवरील बागा कशाबशा टिकवल्या; मात्र त्या उत्पादनक्षम नव्हत्या. परिस्थिती भयंकर होती. गाव अनेक वर्षांपासून टँकरवर अवलंबून होते. पिण्याच्या पाण्याचा प्रश्न ज्वलंत होता. या परिस्थितीवर मात करायची असेल तर शिरपूर पॅटर्न उपयुक्त असल्याचे तज्ज्ञांनी सांगितले.

स्वखर्चानेच स्वतःच्या गावाचा विकास करण्याचे डोणगाव दर्गा ग्रामस्थांनी मनावर घेतले, त्यासाठी जाणत्या गावकऱ्यांच्या बैठका झाल्या. पाण्याअभावी गावाचे पर्यायाने शेतीचे होणारे नुकसान त्यातून मांडले. गावातील काही प्रतिनिधींना सहलीद्वारे शिरपूर पॅटर्नमुळे झालेला विकास तेथे नेऊन दाखवण्यात आला.

पगाराची रक्कम देऊन निधी उभारला

अंबड तालुक्यातील औरंगाबाद-बीड महामार्गावरील मोठे व मुस्लिम-बोहरी समाजाच्या दर्गासाठी प्रसिद्ध गाव म्हणजे डोणगाव दर्गा होय. गावातील महसूल, शिक्षण, पोलीस, कृषी, वन, टपाल आदी विभाग; वैद्यकीय, समर्थ सहकारी साखर कारखाना आदींतील एकूण ४८ अधिकारी व कर्मचाऱ्यांनी

नाला खोलीकरण व रुंदीकरणाचे सकारात्मक परिणाम पाण्याच्या रूपाने डोणगावात पाहण्यास मिळू लागले आहेत.

गावच्या विकासासाठी एक महिन्याचा पगार देऊन खारीचा वाटा उचलला, त्यामुळे गावात मोठा निधी जमा झाला. शेतकऱ्यांनीही त्यात भर घातली. गावाला खेटूनच वाहणाऱ्या नाल्यावर शिरपूर पॅटर्न राबवण्याचे ठरवले. मूळचे गावचे रहिवासी मात्र नवी मुंबई येथे कार्यरत उपजिल्हाधिकारी दिनकर जायभाये, पोलीस उपनिरीक्षक भागवत जायभाये व सेवा नियोजन अधिकारी विश्वंभर भुसारे यांनी कामाला दिशा व वेग दिला. नसीरखाँ पठाण, माजी सरपंच मेहबूब पठाण, बबनराव जायभाये, शिवाजी कोल्हे, मदनराव जायभाये यांनीही सक्रिय भाग घेतला.

शेतकऱ्यांनी स्वखर्चाने वाहिला मातीगाळ

पोकलँडद्वारे नाल्याचे रुंदीकरण ५० फूट व खोलीकरण २३ ते २५ फूट केले. त्यातील माती

कृषी विभागाकडून विहीर पुनर्भरण

जालन्याचे जिल्हा अधीक्षक कृषी अधिकारी उमेश घाटगे म्हणाले, की गावात सुमारे २४३ विहिरी असून, त्यापैकी २०० पुनर्भरणास योग्य आहेत. त्यापैकी ८० विहिरींचे पुनर्भरण महात्मा फुले जल अभियानांतर्गत मंजूर झाले आहे. उर्वरित विहिरींचे कामही जलद करण्यात येणार आहे. त्यामुळे पावसाचे वाहून जाणारे पाणी विहिरीत घेतल्याने पाणी पातळी निश्चित वाढेल.

ट्रॅक्टरच्या साहाय्याने शेतात नेऊन टाकली जात होती; मात्र वाहतुकीचा खर्च जास्त येत होता. जमवलेल्या निधीत वाहतूक करणे शक्य नव्हते. नाल्याच्या दोन्ही काठांवर माती टाकून बांध घालण्यात आले व उर्वरित माती शेतकऱ्यांनी स्वखर्चाने आपल्या शेतात टाकली. गाळाची माती शेतात पडल्याने जमिनीचा पोत सुधारणार आहे. नाल्यातून काढलेल्या सुमारे ३३ हजार ब्रास गाळापैकी २२ हजार ब्रास गाळ शेतात, तर १० हजार ब्रास माती बांधासाठी उपयोगात आणला. नाल्याचे खोलीकरण व रुंदीकरण यातून १० ते १२ कोटी लिटर पाणीसाठ्याची क्षमता तयार झाली. पाणी जमिनीत मुरून भूजल पातळी वाढली.

याच नाल्यावर काही वर्षांपूर्वी सिमेंट बंधाऱ्याची कामे झाली होती. त्यांना हानी न पोचता काम केले. सुमारे २३ फूट पाण्याची उंची राहिल्याने पाण्याचा दाब वाढून पाणी जमिनीत खोलवर व समांतर वाढले. परिणामी नाल्याच्या दोन्ही बाजूने १२०० मीटर परिसरातील ५५ विहिरींना यंदाच्या पावसाळ्यात भरपूर पाणी आले. नाल्याकाठच्या विहिरींच्या पाण्याची पातळी तीन मीटरपर्यंत आली. गावात अनेक वर्षांपासून कोरड्या पडलेल्या विहिरीसही पाच ते सहा फूट पाणी आले. हे परिणाम दिसू लागल्याने उत्साह निर्माण झाला. आता दुसऱ्या नाल्यावरही शिरपूर पॅटर्न राबवण्याचा निर्णय एकमुखाने घेण्यात आला. पावसाळा संपताच ते काम जलद करण्यात येणार आहे.

- पाण्याच्या योग्य वापरासाठी ठिबक व तुषार सिंचन पद्धतीचा वापर करण्यावर भर देण्यात येणार
- या वर्षी कमी पाण्यात येणारी डाळिंबासारखी पिके घेण्याचे शेतकऱ्यांनी ठरविले
- किमान सहा हजार रोपांच्या वृक्षलागवडीस

नाल्याच्या काठापासून २५ फूट अंतरावर माझी ५० फूट खोल विहीर आहे. यंदाच्या उन्हाळ्यात ती कोरडी होती. शिरपूर पॅटर्नचे काम झाले. आता विहिरीत ३२ ते ३५ फूट पाणी आले आहे. नाल्याचे खोलीकरण व रुंदीकरण झाल्यामुळे बंधाऱ्याजवळ २० ते २५ फूट उंचीचे पाणी साठले आहे. नाल्याच्या दोन्ही काठांपासून दोन्ही दिशेने मैलभर दूर विहिरींचे पाणीही वाढले आहे.

भास्कर जायभाये,
९९२१७२०३५६

नाल्याच्या काठावर माझी सहा एकर जमीन असून, त्यात दोन एकर क्षेत्रावर ३०० मोसंबीची झाडे आहेत. एक विहीर ७० फूट खोल आहे. गेल्या वर्षी विहिरीला एक थेंबही पाणी नसल्याने ७० ते ८० टँकर पाणी बाहेरून आणून मोसंबी जगविली. नाला खोलीकरणानंतर झालेल्या पावसात दोन सिमेंट बांधांत काठोकाठ पाणी साठले, त्यामुळे पाणी हाताने घेता येईल एवढी विहीर भरली. आता पाच एकर कापूस व मोसंबी चांगली आहे.

खंडू जायभाये, ९९२३८२०१९५

सुरुवात

- शासनाच्या शतकोटी वृक्ष लागवडीव्यतिरिक्त ही लागवड गावकऱ्यांच्या सहभागातून होणार
- यात लिंबू, निलगिरी, बदाम, सीताफळ आदी वृक्षांचा समावेश.

कृषी विभागामार्फत नाल्यावर तीन सिमेंट बंधारे सात ते आठ वर्षांपूर्वी बांधले. पाण्यासोबत वाहून येणाऱ्या गाळामुळे ते भरत आले होते, त्यामुळे पाणी फार कमी साठत होते. गावकऱ्यांनी पुढे होऊन नाल्याचे खोलीकरण व रुंदीकरण केले. या वर्षी निसर्गानेही साथ दिली आणि नाला काठोकाठ भरला. याचा फायदा सव्वा कि.मी. परिसरातील ५५ विहिरींना झाला. या भागात प्रमुख पीक मोसंबी आहे. उर्वरित मोसंबीच्या बागा निश्चित चांगले उत्पादन देऊन जातील.

बी. जे. साबळे, ९६०४९२१८२१,
कृषी सहायक, डोणगाव

सर्वांचा हातभार लागला

मूळचे डोणगावचे रहिवासी असलेले व सध्या ठाणे येथे उपजिल्हाधिकारी असलेले दिनकर जायभाये म्हणाले, की गावातील सर्वांनी कोणतेही श्रेय न घेता एकत्र काम करण्याचे ठरवले. काम सुरू असताना वेळप्रसंगी बांधावरच बसून भाकरी खाल्ल्या. जवळपासच्या विहिरींत पाणी नसल्याने गावातून तर कधी एक- दीड किलोमीटरवरून पाणी आणून प्यालो. गावातील रहिवासी नोकरीनिमित्त बाहेरगावी असले तरी गावाशी जोडलेली नाळ शाबूत आहे.

पावसाचे मोजमाप

नेमका किती पाऊस पडला व किती पाणी उपलब्ध झाले याची पूर्ण माहिती झाल्याशिवाय पाण्याचे अंदाजपत्रक तयार करता येत नव्हते. या वर्षीच्या सुरुवातीलाच त्यासाठी 'रेनगेज' विकत आणून पाऊस मोजण्यास सुरुवात केली. तीन जूनपासून पावसाला सुरुवात झाली. जून महिन्यात एकदा ५२ मि.मी. पाऊस पडला, त्या वेळी बंधाऱ्यात काही प्रमाणात पाणी साठले होते. जुलैच्या १७ तारखेला पुन्हा ५८ मि.मी. पाऊस पडल्याने बंधारे भरले.

मुंबईतील एका संस्थेने टोपोग्राफी सर्वेक्षण मोफत करून देण्याचे ठरवले आहे. उपग्रहामार्फतच हे सर्वेक्षण करण्यात येत आहे.

(लेखक अंबड, जि. जालना येथे कृषी पर्यवेक्षक आहेत.)

(प्रकाशन दिनांक : १३ सप्टेंबर २०१३)

सामूहिक शेततळ्यांद्वारे शोधले दुष्काळावर उत्तर

जालना जिल्ह्यात मागील वर्षी दुष्काळ पडला. डिसेंबरच्या सुरुवातीपासून विहिरी, विंधन विहिरींची पाणीपातळी खालावली. मोठ्या कष्टाने जोपासलेल्या डाळिंब, द्राक्ष, मोसंबीच्या बागा पाण्याअभावी उद्‌ध्वस्त झाल्या. त्याचे दुःख समोर होते. अशातच सामूहिक शेततळ्यांच्या योजनेचा फायदा पानेवाडी (ता. घनसावंगी) येथील तीन शेतकऱ्यांनी घेतला. त्यातून संरक्षित पाणी फळबागा व अन्य पिकांना देत शेती व्यवस्थापन सुधारले, प्रगतीकडे वाटचाल केली.

सुभाष बिडे

शेततळी ठरली वरदान

पितळे यांनी डाळिंब बागेत घेतलेले हरभऱ्याचे आंतरपीक.

घनसावंगी तालुक्यात सरासरी ६८८ मिलिमीटर पाऊस पडतो. मात्र सिंचनाअभावी पाण्याची शेतीसाठी कायम टंचाई असते. त्यामुळे शेतकऱ्यांच्या दृष्टीने विहीर हे पाण्याचे कायमचे स्रोत असते. मात्र ऐन उन्हाळ्यात पाण्याची पातळी खाली जाऊन येणारा काळ कठीण जाणार असल्याचे शेतकऱ्यांनी वेळीच ओळखले. राष्ट्रीय फलोत्पादन अभियानांतर्गत सामूहिक शेततळी उभारून दुष्काळी परिस्थितीवर मात करण्याचा सक्षम पर्याय त्यांनी शोधला. त्यासाठी अनुदानही मिळत असून, शेतकरी स्वमालकीच्या शेतजमिनीचा काही भाग सामूहिक शेततळ्यासाठी देत आहेत. शेततळ्यात पन्नास लाख लिटरपेक्षा जास्त पाणीसाठा साठण्यास मदत झाली आहे. या

पाण्यावर फळबागा, तसेच अन्य पारंपरिक पिकांना पाणी देऊन चांगले उत्पादन घेण्याचा प्रयत्न केला असून, त्यांचा आत्मविश्वास वाढला आहे.

तीन शेतकऱ्यांचा प्रयोग

पानेवाडी येथील भगवान लक्ष्मणराव पितळे यांच्या मालकीची सहा हेक्टर व विष्णू नामदेव ढवळे यांची चार हेक्टर अशी दोघांची जमीन बांधालगत आहे. त्यांनी आपल्या शेतजमिनीत ३४x३४ मीटर क्षेत्रफळाचे सामूहिक शेततळे केले. यात शेताजवळून जाणाऱ्या शिंदेवडगाव नाल्यावर कृषी विभागांकडून सिमेंट बंधाऱ्यांच्या झालेल्या कामांमुळे पाणी कायमस्वरूपी राहते. बंधाऱ्यातील पाणी त्यांनी विहिरीत घेतले. तसेच मागील चार ते पाच वर्षांपूर्वी मातीकाम झालेल्या शेततळ्यात नाल्याचे पाणी व परिसरातील शेतातील पावसाचे पाणी या शेततळ्यात रुजवले. त्यात पन्नास लाख लिटर पाणी साठवणूक झाली. ज्या वेळी त्यांनी शेततळे घेतले त्या वेळी त्यांच्या शेतात कापूस पीक होते. परिसरात लाल्या विकृती, अनियमित पाऊस, खराब वातावरणामुळे सर्वत्र कापूस उत्पादनात घट झाली असताना या शेततळ्यातून या शेतकऱ्यांनी कापसाला पाणी देऊन कापूस हिरवागार करण्यात यश मिळवले. उद्धव चव्हाण यांच्यासह त्यांच्या कुटुंबीयांच्या सामूहिक मालकीची अकरा हेक्टर जमीन आहे. त्यांनी ४१x४१ मीटर क्षेत्रफळाचे सामूहिक शेततळे घेतले. यात सुमारे ८० लाख लिटर पाण्याची साठवणूक विहिरीच्या पाण्यातून केली.

या संरक्षित पाण्यावर केली लागवड

श्री. पितळे व श्री. ढवळे यांच्या बागेतील मोसंबी दुष्काळी वर्षात पाण्याअभावी तोडावी लागली होती. मात्र या वर्षी त्यांनी पुन्हा फळबागांची लागवड केली. हे दोघे व श्री. चव्हाण या तिघांनी आपसांत एकत्रितरीत्या विचार करून नव्याने डाळिंब एक हेक्टर, मोसंबी दोन हेक्टर, ऊस अशी लागवड केली आहे. लागवडीसाठी लागणारे बियाणे, खते, कीडनाशके फवारणी यांचे नियोजन तिघे मिळून अभ्यासपूर्वक कृषितज्ज्ञांच्या सल्ल्याने करतात. बागा उन्हाळ्यात जगवण्यासाठी त्यांनी सध्याच्या स्रोतांच्या माध्यमातून पाणी साठवणूक केली. या पाण्यावर फळबागांना पाणी देण्याचा प्रश्न मात्र तूर्तास मिटणार आहे.

पाणीवापर व त्या अनुषंगाने केलेले प्रयत्न

- विहीरपुनर्भरण व जुने मातीकाम झालेल्या शेततळ्यांत पाणी जिरवणे

उद्धव चव्हाण यांनी उभारलेले सामूहिक शेततळे.

- ऊसलागवडीचे नियोजन
- अन्य पिकांसोबत जनावरांसाठी लसूणघास, अन्य चारा व मक्याची लागवड
- पाण्याचा थेंब न् थेंब वाचवणे, ओलावा टिकवण्यासाठी आच्छादन, फळपिकांत आंतरपिके, शेतात नवनवीन तंत्रज्ञान आत्मसात करणे, उपलब्ध पाण्याचा विनियोग करणे, विजेचा लपंडाव पाहता जनरेटर खरेदी करून त्याद्वारा पाणी देण्याचे नियोजन

शेततळ्यांनी साधली किमया

घनसावंगीचे तालुका कृषी अधिकारी महेश वैद्य म्हणाले, की तालुक्यात राष्ट्रीय फलोत्पादन अभियानांतर्गत ६८ सामूहिक शेततळी मंजूर झाली. त्यापैकी ४० शेततळी पूर्ण झाली. या शेततळ्यांत सुमारे २५ लाख लिटर पाणी

मोसंबीसह पारंपरिक पिके घेत होतो. मात्र पाण्याचा ताण पाहता ऐन उन्हाळ्यात मोसंबीला पाणी अक्षरशः टँकरने द्यावे लागत होते. त्यामुळे कृषी विभागाच्या सहकार्याने व मित्रांच्या प्रेरणेतून मोठे सामूहिक शेततळे घेतले. त्यामुळे या वर्षी मोसंबी, डाळिंबच काय, पण कापूस, ज्वारी, हरभरा या पारंपरिक पिकांनाही पाणी उपलब्ध केले. विशेष म्हणजे ऊस लागवड करून सामूहिक शेततळ्यात साठवलेल्या पाण्याच्या आधारे सर्वच पिकांना पाणी देण्याचे योग्य नियोजन केले आहे.

उद्धव चव्हाण, ९४२१६४५०९३

गाव परिसरात कायम पाणीटंचाई असल्याने पिके घेण्यावर मर्यादा येत होत्या. शेततळी घेतल्याने आता शेती सक्षमपणे करता येते, याबाबत कृषी विभागाने जागृती केली. आता आमची शेततळी पाहून आपणही तशीच शेततळी घ्यावी, अशी अन्य शेतकऱ्यांचीही मानसिकता बदलत आहे. दुष्काळात गावाला पाणीवापराची जाणीव झाली आहे.

विष्णू ढवळे, ८३९०१६५११९

जनावरांसाठी चारा पिकांची केलेली व्यवस्था.

साठवणूक क्षमता वाढली आहे. सामूहिक शेततळ्यांची योजना शंभर टक्के अनुदानावर आहे. या योजनेचा ०.५० हेक्टर ते दहा हेक्टरपर्यंत शेतकऱ्यांना फायदा घेता येतो. त्यानुसार दहा हेक्टरसाठी ५ लाख २५ हजार रुपये, आठ हेक्टरसाठी ४ लाख ८६ हजार रुपये, पाच हेक्टरसाठी ३ लाख १५ हजार रुपये, दोन हेक्टरसाठी २ लाख २ हजार रुपये असे योजनेचे स्वरूप आहे. दुष्काळी परिस्थितीत शेतकऱ्यांसमोर फळबागा व अन्य पिके जगविणे अवघड होऊन बसले होते. अशा परिस्थितीत सामूहिक शेततळ्यांद्वारा पुढील पाच ते दहा वर्षांत अशी परिस्थिती निर्माण झाल्यास संरक्षित पाणी देणे व आपल्या पिकांना वाचविणे हा सक्षम पर्याय निर्माण झाला आहे. तालुक्यात या योजनेला चांगले यश आले आहे.

संपर्क : **महेश वैद्य,** कृषी अधिकारी, घनसावंगी, ८२७५०५१८४३

(प्रकाशन दिनांक : २८ जानेवारी २०१४)

आमच्या शेताजवळून शिंदेवडगावचा नाला जातो. या नाल्याचा फारसा उपयोग होत नव्हता. जमीन मध्यम स्वरूपाची असल्याने ३० ते ३५ हजार रुपये खर्च करूनही एकरी ४० हजार रुपयांचा नफा पारंपरिक पिकातून मिळत नव्हता. १० ते १५ वर्षांपासून जोपासलेली मोसंबीची बाग पाण्याअभावी तोडावी लागल्याचे दुःख सलत होते. त्यामुळे उन्हाळ्यात शाश्वत पाणी राहील अशी सोय करणे गरजेचे होते. त्यामुळे सामूहिक शेततळे घेऊन डाळिंब, ऊस ही पिके घेत आहे. आता संरक्षित पाणीसाठा केल्याने पाण्याचे महत्त्व कळले आहे. सध्या उपलब्ध पाणी तळ्यात साठवण्याचे प्रयत्न सुरू आहेत.

भगवान पितळे,
९४२१६४५१३५

वनराई बंधाऱ्यांमुळे झाली शाश्वत पाण्याची सोय

जालना जिल्ह्यातील भूजलाची घटती पातळी लक्षात घेऊन जिल्हा परिषदेच्या वतीने कमी खर्चात लोकसहभागातून वनराई बंधारा बांधण्याची मोहीम हाती घेण्यात आली. लोक सहभागातून आठ तालुक्यांत ३,८३८ वनराई बंधारे बांधण्यात आले. या बंधाऱ्यामुळे जलसंधारण झाले. त्याचा फायदा रब्बी पिकांना होणार आहे.

सुभाष बिडे

गेल्या तीन वर्षांपासून पावसाने हुलकावणी दिल्याने जालना जिल्ह्याला तीव्र पाणीटंचाईला तोंड द्यावे लागले होते. या काळात भूजल सर्वेक्षण विकास विभागाच्या वतीने करण्यात आलेल्या सर्वेक्षणानुसार या काळात संपूर्ण जिल्ह्यांची सरासरी पाणीपातळी १७ ते २१ फुटांच्या खाली गेली होती. शेती आणि जनावरांच्यासाठी पाण्याचा प्रश्न गंभीर झाला होता. भूजलाची घटती पातळी लक्षात घेऊन जिल्हा परिषदेच्या वतीने कमी खर्चात लोकसहभागातून वनराई बंधारा बांधण्याची मोहीम हाती घेण्यात आली.

वनराई बंधाऱ्याच्या माध्यमातून नाल्यातील पाणी अडविण्यात आले.

जिल्हा परिषदेतर्फे सन २०१३-१४ या वर्षात दहा हजार वनराई बंधारे बांधण्याचे उद्दिष्टे ठेवण्यात आले. जूनच्या पहिल्या आठवड्यापासून जिल्ह्यात जोरदार पावसाला सुरुवात झाली. या पावसाचे पाणी जागोजागी अडवून पुनर्भरण करण्याचे नियोजन करण्यात आले. जेथे कमी पर्जन्यमान आहे अशा भागात नाल्यातून पाणी वाहते, तेथे पाणीपुरवठ्याच्या विहिरीच्या खालच्या बाजूस वनराई बंधारे साखळी पद्धतीने बांधण्याची आखणी करण्यात आली.

असे केले नियोजन

- वनराई बंधारे बांधण्यासाठी ग्रामसेवक, रोजगार सेवक, अंगणवाडी सेविका, मुख्याध्यापक, शिक्षक, यांच्यावर संबंधित गावात वनराई बंधारे बांधण्याची जबाबदारी देण्यात आली.
- वनराई बंधाऱ्याच्या जागेची निवड संबंधित कर्मचाऱ्यामार्फत करण्यात आली. बंधारा बांधण्यासाठी १० ते १५ लोकांचे श्रमदान होईल या पद्धतीने समूह तयार करण्यात आला.
- प्रत्येक गावात शेतकरी, नागरिक, शालेय विद्यार्थी, स्काउट गाईड, एनसीसी, राष्ट्रीय सेवा योजना, महिला, युवा गणेश मंडळांच्या कार्यकर्त्यांच्या मार्फत वनराई बंधाऱ्याची आखणी करण्यात आली.
- वनराई बंधारे बांधणाऱ्या गटांना तांत्रिक माहिती देण्यात आली.
- स्थानिक पातळीवर विद्यार्थी, शेतकरी, उद्योजक, व्यापाऱ्यांच्याकडून वनराई बंधाऱ्यासाठी आवश्यक असलेली रिकामी प्लॅस्टिक पोती उपलब्ध करण्यात आली.
- वनराई बंधारे बांधण्याच्या उपक्रमाला उपमुख्य कार्यकारी अधिकारी मुकीम देशमुख, पद्माकर केंद्रे, पाणीपुरवठा विभागाचे उपअभियंता एस. एस. कदम, शिक्षणाधिकारी गजानन कांबळे, कृषी विकास अधिकारी आनंद गंजेवार, जिल्हा ग्रामीण विकास यंत्रणेचे प्रकल्प संचालक नितीन थाडे यांच्यासह विविध विभागांचे अधिकारी आणि कर्मचाऱ्यांनी गावपातळीवर जाऊन मार्गदर्शन केले.
- शासनाचे अधिकारी आणि गावकऱ्यांच्या सहभागातून या मोहिमेचे योग्य नियोजन झाले.

वनराई बंधाऱ्यासाठी जागेची निवड

- गाव परिसरातील नाले, ओढ्यांवर चांगल्या प्रकारे पाणीसाठा होऊ शकतो आणि कमीत कमी दीड ते दोन फुटांपर्यंत खोदकाम होईल अशी जागा निवडण्यात आली.
- वनराई बंधाऱ्यांची उंची दीड मीटर ठेवून सांधे बांध पद्धतीने बंधारे बांधण्यात आले. बंधाऱ्याची लांबी कमीत कमी तीन ते जास्तीत जास्त पंधरा मीटरपर्यंत ठेवली.
- परिसरातील जास्तीत जास्त शेतकऱ्यांना लाभ होईल, अशा ठिकाणी बंधारे बांधण्यात आले.

लोकसहभागातून बांधले ३,८३८ वनराई बंधारे

जालना जिल्ह्यात ५ सप्टेंबर रोजी वनराई बंधाऱ्याचा उपक्रम सुरू करण्यात आला. बहुतांश भागात परतीचा पाऊस लांबल्यामुळे काही ठिकाणी कामे थांबवावी लागली. २० ऑक्टोबरनंतर

वनराई बंधाऱ्याची पाहणी करताना जिल्हा परिषदेच्या अध्यक्ष आशाताई भुतेकर यांच्यासह अधिकारी वर्ग.

पावसाने उघडीप दिल्यानंतर जिल्ह्यात सर्वत्र वनराई बंधाऱ्याच्या कामांना गती मिळाली. २ ऑक्टोबर रोजी जिल्ह्यात ७६७ बंधारे आणि २६ ऑक्टोबर रोजी १७८० बंधारे विशेष मोहिमेच्या माध्यमातून बांधण्यात आले. या मोहिमेचे सर्वत्र स्वागत होऊन त्या त्या भागातील जिल्हा परिषद, पंचायत समिती, ग्रामपंचायत सदस्य, शालेय शिक्षण समितीचे पदाधिकारी, शेतकरी, नागरिक, महिला व विद्यार्थी, युवक, युवतींच्या सक्रिय सहभागातून आठ तालुक्यांत तीन हजार ८३८ वनराई बंधारे निर्माण करण्याचे उद्दिष्टे पूर्ण करण्यात आले. अजूनही काही गावांत वनराई बंधाऱ्यांचे काम सुरू आहे.

पावसाचे पाणी अडवल्यामुळे गावातील विहिरी व कूपनलिकेच्या पाणीपातळीत वाढ झाली. यामुळे रब्बी हंगामातील पिकांसाठी पाण्याची सोय झाली. उन्हाळ्यात जनावरे आणि नागरिकांचा पाण्याचा प्रश्न मिटणार आहे.

पंडित वराडे, वडीरामसगाव

वनराई बंधाऱ्यामुळे गाव शिवारात जल-मृद् संधारण झाले. वनराई बंधाऱ्याच्या परिसरातील शेतीला शाश्वत पाण्याची उपलब्धता झाली. जिरायती पिकांच्या बरोबरीने येत्या काळात पाण्याच्या उपलब्धतेमुळे बागायती पिकांची लागवड वाढेल. लोकांनी पाण्याचे योग्य नियोजन केल्यास सर्वांना फायदा होईल.

बबनराव ढेरे, बोडखा बुद्रुक

दुष्काळात पिण्याच्या पाण्यासाठी महिलांना तीन ते चार किलोमीटर पायपीट करावी लागत होती. यंदा पाऊस झाल्याने वनराई बंधाऱ्यात पाणी साठले, त्यामुळे विहिरीच्या पाण्याची पातळी वाढली. पिण्याच्या पाण्याची सोय झाली.

आशा भुतेकर,
अध्यक्ष, जिल्हा परिषद, जालना

लोकसहभागातून वनराई बंधारे बांधण्यात आले.

तालुकानिहाय वनराई बंधारे	
जालना	३६१
बदनापूर	३१७
अंबड	४५०
घनसावंगी	३८१
परतूर	१००४
मंठा	४५९
भोकरदन	३७५
जाफ्राबाद	४८१
एकूण	**३,८३८**

संपर्क : **आनंद गंजेवार,** जिल्हा कृषी विकास अधिकारी, जिल्हा परिषद, जालना, ९४२२१८६४८३

(प्रकाशन दिनांक : १० नोव्हेंबर २०१३)

या वर्षी वनराई बंधाऱ्यामुळे पावसाचे पाणी जागोजागी अडले, जमिनीत मुरले, त्यामुळे रब्बी हंगामासाठी पाण्याची उपलब्धता झाली आहे. त्याचा पीक उत्पादनवाढीसाठी फायदा होणार आहे.

बपासाहेब गोल्डे,
कृषी सभापती, जिल्हा परिषद, जालना

येत्या काळात पावसाचा प्रत्येक थेंब जमिनीत जिरवावा लागणार आहे. यासाठी लोक सहभाग महत्त्वाचा आहे. लोकसहभागातून वनराई बंधाऱ्यांचे चांगले काम झाले आहे. त्याचा फायदा शेतकऱ्यांना होणार आहे. प्रत्येकाने पाण्याचा काटेकोर वापर करावा. शेतीचे योग्य नियोजन करावे.

बी. राधाकृष्णन, मुख्य कार्यकारी अधिकारी, जिल्हा परिषद, जालना

दर वर्षी सप्टेंबर महिना संपल्याबरोबर वनराई बंधाऱ्यांची कामे शेतकऱ्यांनी लोकसहभागातून केल्यास हक्काचे पाणी त्यांना आपल्या शिवारात अडवता येईल. या वर्षी जालना जिल्ह्यात लोकसहभागातून वनराई बंधाऱ्याची कामे मोठ्या प्रमाणात झाली. गाव शिवारात जल-मृद् संधारण झाले. शेतीसाठी शाश्वत पाण्याची सोय झाली.

आनंद गंजेवार, जिल्हा कृषी विकास अधिकारी, जिल्हा परिषद, जालना

कातपूरने अनुभवली जलसाक्षरता, जलसमृद्धी

दोन सिमेंट नाला बांध व एका कोल्हापुरी बंधाऱ्यादरम्यान सुमारे ९०० मीटर लांबीच्या नाल्याचे खोलीकरण, रुंदीकरण केल्यामुळे मौजे कातपूर (ता. जि. लातूर) येथे जलसुरक्षा निर्माण झाली आहे. नाला रुंदीकरण व खोलीकरणासाठी एकूण १६.३९ लाख रुपये खर्च आला. त्यातील ५० टक्के निधी गावकऱ्यांनी उभा केला तर ५० टक्के निधी 'आर्ट ऑफ लिव्हिंग ट्रस्ट'ने दिला. काटकसरीतून झालेल्या या कामाचे मूल्यांकन एका खासगी संस्थेने रु. ५० लाखांचे केले आहे. लातूर जिल्ह्यात लोकसहभागातून एवढ्या मोठ्या प्रमाणात प्रथमच असे काम होत असावे.

डॉ. टी. एस. मोटे

लातूर जिल्ह्यातील कातपूर गावाला जलसंवर्धनाची परंपरा आहे. त्याला लोकसहभागाची जोड येथील ग्रामस्थांनी दिली आहे. गावाच्या बाजूनेच लेंडी नाला वाहतो. त्यावर कृषी विभागाने १९९४ मध्ये तीन व २००४ मध्ये एक असे एकूण चार सिमेंट नाला बांध बांधले. जिल्हा परिषदेनेही दोन कोल्हापुरी बंधारे बांधले. शासनाचे हे काम असले तरी पुढे गावकऱ्यांनी त्याकडे म्हणावे तसे लक्ष दिले नाही. त्यामुळे बांधांमध्ये गाळ साचत गेला, त्याची तूट-फूट झाली. कोल्हापुरी बंधाऱ्याचे गेट चोरीला गेले. तो निरुपयोगी झाला. पुढेपुढे गावाला पाण्याची टंचाई भासू लागली. गावातील तरुण शेतकरी लालासाहेब देशमुख यांनी ओढ्यालगतच्या शेतकऱ्यांची बैठक घेतली व जलसंवर्धन कामाचे पुनरुज्जीवन करण्याचे ठरले.

जलसंधारणाच्या कामांतून समृद्धीकडे वाटचाल

गावाजवळील सिमेंट नाला बांधाजवळ पाणीपुरवठ्याची विंधन विहीर आहे. त्याचे पाणी कमी झाले होते. या नाला बांधाची दुरुस्ती जिल्हा परिषदेने केली. थोडा गाळ काढला. यामुळे विंधन विहिरीचे व आजूबाजूच्या विहिरींचे पाणी वाढले. गावकऱ्यांनी मग कोल्हापुरी बंधाऱ्याला गेट बसवण्याचे ठरवले. त्यासाठी ८६ हजार रुपयांची लोकवर्गणी संकलित करून २०१० मध्ये गेट बसवण्यात आले. दुसऱ्या कोल्हापुरी बंधाऱ्यात पाणी अडत होते; परंतु नाला अरुंद झाला होता. सन २०११मध्ये गावकऱ्यांनी

लोकसहभागातून नाल्याचे खोलीकरण, रुंदीकरण करण्यात आले.

सुमारे १ लाख ८६ हजार रुपये वर्गणी गोळा केली. दोन्ही कोल्हापुरी बंधाऱ्यांच्या समोरील नाल्याचे रुंदीकरण व खोलीकरण केले. रुंदीकरणामध्ये नाल्याची रुंदी २५ मीटर झाली होती व दोन्ही काठांवर मातीचा उंच भराव झाला होता. त्याचा फायदा घेण्यासाठी कोल्हापुरी बंधाऱ्यावर आणखी सिमेंट काँक्रिटचे बांधकाम करून त्याला लोखंडी गेट बसवण्यात आले. यामुळे बंधाऱ्याची उंची दीड फुटाने वाढली आणि पाणी साठाही वाढला. लोकसहभागातून झालेल्या या कामांमुळे गावात आर्थिक समृद्धी येण्यास मदत झाली. बागायती क्षेत्र वाढले. दुभत्या जनावरांची संख्या वाढली. चारा पिकाखालील क्षेत्रात भर पडली. गावातून दररोज सुमारे एक हजार लिटर दूध लातूरला जाऊ लागले.

कातपूरची झाली निवड

मौजे कातपूर हे सुमारे दोन हजार लोकसंख्येचे गाव आहे. या गावचे माजी सरपंच लालासाहेब देशमुख हे 'आर्ट ऑफ लिव्हिंग' संस्थेच्या परिवारातील आहेत. फेब्रुवारी २०१३ मध्ये बंगळूर येथील संस्थेच्या आश्रमात जलजागृती करणारे शिबिर झाले होते. त्यात देशमुख व त्यांचे सहकारी सहभागी झाले होते. तेथून परत आल्यानंतर जिल्ह्यात लोकसहभागातून जलसंधारणाची कोणकोणती कामे घेता येतील यावर त्यांनी विचारमंथन केले. कृषी विभागाने कातपूर येथे नाला खोलीकरणाचे व रुंदीकरणाचे काम घ्यावे असे सुचवले. लोकसहभागाची चळवळ तिथे चांगली रुजल्यामुळे या गावाची निवड करण्यात आली.

लोकसहभागातून उभारली चळवळ

कातपूर गावात लोकसहभागातून बरेचसे काम पूर्वी झाले असल्याने पुन्हा जास्त प्रबोधन करण्याची गरज नव्हती. गावकऱ्यांनी लोकसहभागातून नाला रुंदीकरण व खोलीकरण करण्यासाठी वर्गणी गोळा करणे सुरू केले. यंदाच्या एप्रिलमध्ये कामाचे उद्घाटन करण्यात आले. लेंडी नाल्यावर पूर्वी सिमेंट नाला बांध व केटी वेअर झालेले होतेच. या नाल्याला गावच्या खालील बाजूला आणखी एक नाला मिळतो. या नाल्याचे प्रथम खोलीकरण व रुंदीकरण करण्याचे ठरले. बघताबघता सुमारे ९०० मीटर नाल्याचे खोलीकरण व रुंदीकरण झाले. एवढ्या मोठ्या प्रमाणात काम होईल असे कोणाला वाटले नव्हते. काम जसजसे पुढे जाईल तसतसा गावकऱ्यांचा कामात सहभाग वाढत गेला. वर्गणीही वाढत गेली. काम सुरू झाले तेव्हा विरोध करणारे पुढे या चळवळीत सहभागी झाले.

विरोध करणारेच कामासाठी पुढे आले

जिल्ह्यातील सर्व तलाव कोरडे पडले होते. त्यामुळे गाळ वाहून नेण्याची मोहीम जोरात सुरू होती. यामुळे पोकलेन, ट्रॅक्टरला जास्त भाडे देऊन काम करून घ्यावे लागले. अनेक शेतकऱ्यांनी नाल्यातील माती आपल्या शेतात टाकली. नाल्याच्या कडांवर उंच-उंच मातीचे भराव तयार झाले. कामाचे अवाढव्य स्वरूप पाहून अनेक गावांत त्याची माहिती पोचली होती. अनेक गावांतील लोक काम पाहण्यासाठी येत होते.

गावातील अनेक जण कामांसाठी झटत होते. सुरुवातीला ज्या एका ग्रामस्थाने काम अडवले होते,

नाला खोलीकरण आणि रुंदीकरण करताना अनेक अडचणी आल्या; परंतु आम्ही हार मानली नाही. सुरुवातीला आमच्यासोबत फार कमी लोक होते; परंतु काम दिसू लागले तसे अधिक संख्येने ग्रामस्थ आमच्यासमवेत येऊ लागले आणि वर्गणीही देऊ लागले. अन्य गावांतून लोक भेटी देऊन झालेल्या कामाचे कौतुक करतात तेव्हा केलेल्या कामाचा अभिमान वाटतो. या कामामुळे कातपूर गावाला फायदा झालाच; परंतु आजूबाजूच्या चार गावांच्या शिवारातील पाणी पातळी उंचावण्यास मदत झाली आहे.

लालासाहेब देशमुख,
९०११७६२१११, कातपूर

मौजे कातपूरला काम झाले, परंतु त्याचा फायदा आमच्या गावापर्यंत पोचला. कातपूरपासून माझी विहीर दीड किलोमीटर अंतरावर व उंचीवर असूनही माझ्या विहिरीचे पाणी वाढले.

भाऊसाहेब लोखंडे,
८४२१३३४६५८, मौजे बाभळगाव

जलसंधारणाच्या कामांतून कातपूर येथे सिमेंट नालाबांधामध्ये साठलेले पाणी.

त्याने तर सर्व काम पाहिल्यानंतर सर्वांत जास्त म्हणजे अडीच लाख रुपयांची वर्गणी दिली व पुढच्या वर्षी आमचा नाला खोलीकरणासाठी घ्या, असे सुचवले.

शिवाराची पाणीपातळी वाढली

काम सुरू असताना पावसाळा आला आणि काम थांबले. पाऊस झाल्यानंतर मोठ्या प्रमाणात पाणी अडले. अडलेल्या पाण्यापेक्षा कितीतरी पटीने ते जमिनीत मुरले. पाण्याने कातपूर शिवाराची शीव ओलांडली. नाल्यापासून तीन किमी परिसरातील शिकंदरपूर, बाभळगाव, शिरसी व कव्हा येथील विहिरी व बोअरच्या पाणीपातळीत वाढ झाली. ज्या विहिरी किंवा बोअरला सप्टेंबर अखेरशिवाय पाणी वाढत नव्हते, त्यांना जुलै महिन्यातच पाणी वाढले. नाल्याचे खोलीकरण केल्यामुळे पाणी मुरण्याचे प्रमाण प्रचंड प्रमाणात वाढले.

(लेखक लातूर जिल्हा अधीक्षक कृषी अधिकारी आहेत.)
(प्रकाशन दिनांक : १ डिसेंबर २०१३)

सिरसी गाव कातपूरपासून अडीच किलोमीटरवर आहे. कातपूरमध्ये नाला खोलीकरण व रुंदीकरणामुळे चांगला पाणीसाठा झाला. नाल्यामध्ये मोठ्या प्रमाणात पाणी मुरले व ते आमच्या विहिरीपर्यंत पोचले. आमच्याकडे पोळ्यानंतरच विहिरीला पाणी यायचे. परंतु या वर्षी मिरगाचा पहिला पाऊस पडल्यानंतरच विहिरीचे पाणी वाढल्याचे दिसले.

महादेव शेळके,
मौजे सिरसी

कातपूर नाल्यावर केलेल्या कामांचा फायदा आम्हाला झाला आणि कधी नव्हे ते जुलैमध्येच आमच्या विहिरींमध्ये पाणी उतरले. यामुळे आमचे सिंचन क्षेत्र वाढण्यास निश्चित मदत होईल.

पांडुरंग म्हस्के,
मौजे सिरसी

एकीतून निर्माण केली जलसमृद्धी

पाण्यासाठी भ्रमंती करणारे गाव, सिंचनाचा भरवसा नसणारे मौजे शिरूर अनंतपाळ हे तालुक्याचे गाव (जि. लातूर) पाण्याबाबत आज स्वयंपूर्ण झाले आहे. लोकसहभाग व श्रमदानातून उभारलेला गॅबियन, तसेच भूमिगत बंधारा अशा जल-मृद् संधारणाच्या उपचारांमुळे 'गाव करी ते राव न करी' या उक्तीप्रमाणे तेथे आज बदल घडला आहे.

डॉ. टी. एस. मोटे, रमेश चिल्ले

लातूर जिल्ह्यात मौजे शिरूर अनंतपाळ हे तालुक्याचे ठिकाण आहे. गावची लोकसंख्या सुमारे १८ हजार आहे. घरणी नदीच्या काठी गाव असूनही पिण्याच्या पाण्याची समस्या येथील गावकऱ्यांना नेहमी भेडसावत असे. पावसाळा कमी झाला की ग्रामपंचायतीच्या विंधन विहिरी कोरड्या पडतात आणि पाण्यासाठी भटकंती सुरू होते. अनेक वर्षांपासून हे चित्र असेच सुरू होते.

गॅबियन बंधाऱ्यात माती भरली जात असताना.

गावापासून सहा किलोमीटरवर घरणी नदीवरील मध्यम सिंचन प्रकल्प आहे. या धरणावरूनच महाराष्ट्र जीवन प्राधिकरणाने १७ गावांसाठी पाणीपुरवठा योजना चालू केली आहे. मात्र वीजबिल थकले की 'कनेक्शन' कट होई आणि पाण्यासाठी भटकंती सुरू राही. पाऊस कमी पडला तर मग धरणातच पाणी नसे. या योजनेत सर्वांत मोठे गाव म्हणजे शिरूर अनंतपाळ. पाणीपुरवठा योजनेतून नियमित पाणीपुरवठा होत नसल्याने

गॅबियन बंधाऱ्यावर जाळी बसवण्याचे काम सुरू असताना.

गॅबियन बंधाऱ्यामुळे नदीपात्रात साठलेले पाणी.

तेथील ग्रामपंचायतीने नदीकाठी १८ विंधन विहिरी घेतल्या आहेत. प्रत्येक विहिरीतील थोडे थोडे पाणी एकत्र केले जाई. कोणतीच विंधन विहीर पूर्ण क्षमतेने चालत नव्हती. सुमारे २५० ते ५०० फुटांपर्यंत या विंधन विहिरींची खोली आहे. नदीलाही पाणी येऊन न गेल्याने बोअरलाही पाणी नव्हते.

आर्ट ऑफ लिव्हिंगने दिली स्फूर्ती

'आर्ट ऑफ लिव्हिंग' संस्थेच्या बंगळूर येथील आश्रमात फेब्रुवारी २०१३ मध्ये पाण्याविषयी साक्षरता निर्माण करण्यासाठी शिबिर झाले. शिरूर अनंतपाळ येथील अनंत पंडितराव आचवले हेदेखील आपल्या तालुक्यातील ४५ सहकाऱ्यांसमवेत तेथे गेले होते. शिबिरामध्ये आदर्श ग्राम योजनेचे कार्याध्यक्ष पोपटराव पवार यांच्यासारख्या मान्यवरांनी प्रबोधन केले. शिबिरावरून आल्यानंतर लातूर येथे 'आर्ट ऑफ लिव्हिंग'च्या या कार्यकर्त्यांची बैठक झाली. त्या वेळी शिरूर अनंतपाळ येथील घरणी नदीवर जमिनीखाली भूमिगत बंधारा व त्याच्यावर गॅबियन बंधारा बांधण्याचे ठरले.

आणि कामांना झाली सुरुवात

घरणी नदीवर धरण झाल्यामुळे नदीला पूर कधी तरी येई. त्यामुळे पात्र उथळ झाले होते. नदीपात्रात झाडेझुडपे वाढली होती. नदीपात्रात गाळ साचल्याने जल पुनर्भरणाचे काम थांबले होते. त्यामुळे बोअरला पावसाळ्यातच थोडेफार पाणी राहायचे. यातून मार्ग काढण्यासाठी 'आर्ट ऑफ लिव्हिंग'चे डॉ. शशी चौधरी, ॲड. त्रिंबकदास झंवर, मकरंद जाधव, महादेव गोमारे, कैलास जगताप, जयवंत कोनाळे यांनी पुढाकार घेत उपक्रमात मोलाचा वाटा उचलला. गावच्या नागरिकांना हिंमत दिली. त्यांचे मतपरिवर्तन करणे, काम सुरू असताना भेटी देऊन अडचणी सोडवणे, आर्थिक मदत करणे, अशी कामे केली. गॅबियन व भूमिगत बंधाऱ्यासाठी जागानिश्चितीचे काम पाटबंधारे विभागाचे उप-अभियंता प्रकाश फंड

व बाळासाहेब शेलार व जीएसडीएचे श्री. शेख यांनी केले.

जागानिश्चितीनंतर बंधाऱ्याबरोबरच नदीचे पात्र रुंद व खोल करण्याचीही गरज होती. शिबिरातून परत आल्यानंतर नदीवर गॅबियन स्ट्रक्चर बांधण्यासाठी गावात बैठक घेण्यात आली. गावाजवळच पाणी लागत असल्यामुळे या परिसरात शेतकऱ्यांचे ३०० बोअर आहेत. मात्र गॅबियन बंधारा झाला तर आम्हाला शेतात लांबून जावे लागेल, असे त्यांचे म्हणणे पडले. त्यानंतर घरोघरी जाऊन या उपक्रमाचे महत्त्व सांगण्यात आले.

हळूहळू विरोध मावळू लागला

विरोध मावळू लागला तसतसे लोक एकत्र येऊ लागले आणि ३२ हजार रुपयांची वर्गणी गोळा झाली. या पैशातूनच भाड्याने पोकलॅन यंत्र आणण्याची हिंमत केली. काम दिसू लागले तसतसे लोक पुढे येऊ लागले. कोणी वर्गणी देऊ लागला, कोणी श्रमदान करू लागला. काहींनी ट्रॅक्टर मोफत दिले, तर काहींनी आपल्या विहिरींवरील दगड मोफत दिले. गरीब-श्रीमंत असा भेद राहिला नाही. सर्वच जण आपल्या ऐपतीप्रमाणे मदत करत होते. ज्यांचे मजुरीवर पोट आहे अशा महिला सर्वांत आधी पुढे आल्या.

भूमिगत बंधारा

नदीपात्रात भूमिगत बंधारा बांधण्यासाठी प्रवाहाच्या आडव्या रेषेत ५५ मीटर लांबीचा चर खोदण्यात आला. त्याची रुंदी सात फूट व खोली १० फूट ठेवण्यात आली. हा चर चिकणमातीने भरून घेण्यासाठी ग्रामपंचायतीच्या मालकीच्या शेतातून माती आणण्यात आली. काळ्या मातीचे थरावर थर रचत भूपृष्ठापर्यंत काम पूर्ण करण्यात आले. पाण्याचा निचरा थांबवणारी अभेद्य भिंत तयार झाली. काळ्या मातीमध्ये काडीकचरा, दगडगोटे जाणार नाहीत याची काळजी घेण्यात आली.

गॅबियन बंधारा

भूमिगत बंधाऱ्यापाठोपाठ गॅबियन बंधाऱ्याची रचनाही वैशिष्ट्यपूर्ण करण्यात आली. बंधाऱ्याचा पाया ९ फूट, उंची ४ फूट व माथा ६ फूट ठेवण्यात आला. बंधारा बांधताना भूपृष्ठावर लोखंडी जाळी अंथरण्यात आली. त्यावर जाड पॉलिथिन पेपर अंथरण्यात आला. नदीपात्राच्या वरच्या व खालच्या बाजूने तीन फूट रुंदीचे दगडी पिचिंग सांधेमोड करून करण्यात आले. पॉलिथिन शीट, मातीचा भराव यांच्या कामांनंतर खालील व वरील बाजूच्या दगडांच्या थरांचा एकजीव माथा तयार झाला. बंधाऱ्याच्या लोखंडी जाळीला फक्त ७० हजार रुपये लागले.

नदीपात्राचे खोलीकरण व रुंदीकरण

नदीपात्रातील झाडेझुडपे तोडून पोकलॅन यंत्राद्वारा काम सुरू झाले. नदीपात्रातील माती, रेती उचलून काठावर टाकण्यात आली. उत्तरेकडील भराव 'लेव्हल' करून शेतकऱ्यांसाठी रस्ता तयार करून देण्यात आला. त्यासाठी ४० हजार रुपये खर्च आला. बंधाऱ्याच्या वर १७०० मीटरपर्यंत हे काम करण्यात आले. नदीपात्र ५० मीटर रुंद करण्यात आले व खोली दोन मीटर ठेवण्यात आली.

पैशाची जमवाजमव

भूमिगत व गॅबियन बंधारा, नदीपात्र खोलीकरण व रुंदीकरणासाठी ११.५० लाख रुपये खर्च आला. खर्चात काटकसर व श्रमदान केल्याने एवढी कमी रक्कम लागली. शासकीय दराने हिशेब केला तर हा आकडा दुप्पट ते तिप्पट होऊ शकतो. एकूण खर्चापैकी गावकऱ्यांनी ५.५० लाख रुपये वर्गणी जमा केली. आर्ट ऑफ लिव्हिंग ट्रस्टने चार लाख रुपये दिले. ग्रामपंचायतीने व पंचायत समितीने प्रत्येकी एक लाख रुपये दिले. नदीपात्र खोलीकरण व रुंदीकरणास सर्वांत जास्त म्हणजे ८.२२ लाख रुपये खर्च झाला.

पाणीच पाणी

सर्व कामांचा फायदा शिरूर अनंतपाळ गावासह आजूबाजूच्या दगडवाडी, आनंदवाडी, लक्कडजवळगा, तुरुकवाडी, भिंगोली या गावांनाही झाला. नदीपात्रात तीन कि.मी. पर्यंत पाणीसाठा झाला. यामुळे तीन-चार कि.मी. परिसरातील विहिरी व बोअरचे पाणी वाढले आहे. गावाला पाणीपुरवठा करणाऱ्या बोअरचे पाणी तर जमिनीपासून पाच फुटांवर आले आहे. या बोअरला पूर्वी खारे पाणी यायचे. आता मात्र गोड पाणी येत आहे. परिसरातील गावचे लोक हे काम पाहायला येत असून, जल साक्षरतेचा धडा घेऊन जात आहेत. पंडित हत्तरगे, श्रीकिशन बंग, गावातील सिव्हिल इंजिनिअर उमाकांत सलगरे, पंचायत समितीचे उपअभियंता श्री. कानडे, गटविकास अधिकारी नितीन दाताळ यांचाही या उपक्रमात महत्त्वाचा वाटा राहिला.

(श्री. मोटे लातूर जिल्हा अधीक्षक कृषी अधिकारी, श्री. चिल्ले निलंगा येथे कृषी पर्यवेक्षक आहेत.)

संपर्क : **अनंत आचवले,** ९४२३५५०६९७

(प्रकाशन दिनांक : ८ डिसेंबर २०१३)

जलसंवर्धनातून ववा गावची दुष्काळमुक्तीकडे वाटचाल

दुष्काळग्रस्त औरंगाबाद जिल्ह्यातील ववा (ता. पैठण) गावाने लोकसहभागातून 'आदर्श जलसंवर्धन पॅटर्न' निर्माण केला आहे. स्वयंसेवी संस्थेने गावात विकासासाठी हाक दिली. हात एकवटले. परिवर्तनाची नांदी झाली. जलसंधारणाची चळवळ उभी राहिली. विविध कामांतून गावाची दुष्काळमुक्तीकडे वाटचाल सुरू झाली.

गणेश फुंदे

औरंगाबाद जिल्ह्यात पैठण तालुक्यातील ववा गावची लोकसंख्या अवघी ८७० एवढी. अर्थव्यवस्था शेतीवर आधारलेली. सुमारे ६१३ हेक्टर क्षेत्रावर खरीप, रब्बीत विविध पिके घेतली जातात. आपल्या गावाची आणि पर्यायाने आपली सुधारणा व्हावी असे कुणाला वाटत नाही? मात्र त्या दिशेने प्रयत्न आवश्यक असतात. ववा गावच्या गावकऱ्यांनी ते केले. त्यात एकी हाच भाग मोलाचा ठरला.

बदलाला सुरुवात

ववा गाव विकासापासून कोसो मैल दूर होते. पाणीटंचाई, आरोग्यात गैरसोई, शैक्षणिक मागासलेपणा व वाहतुकीच्या साधनांचा अभाव या मुख्य समस्या होत्या. ग्रामविकास संस्था व ववा ग्रामस्थांनी मे २००५ मध्ये पहिली ग्रामसभा घेतली. दुष्काळमुक्तीचा निर्धार या वेळी करण्यात आला. त्यानंतर लोकसहभाग व शासकीय योजनांची जोड देत शेततळे, वनराई बंधारे, शेतकरी प्रशिक्षण, महिला बचत गट, ग्राम समिती युवक मंडळ यांच्या माध्यमांतून कामांना गती मिळाली. आदर्श गाव योजनेचे कार्याध्यक्ष पोपटराव पवार यांच्या भेटीनंतर २०१२ मध्ये या गावाचा आदर्श गाव योजनेत समावेश झाला.

जलसंधारणाच्या कामामुळे गावालगतच्या पाझर तलावात पाणी दिसू लागले आहे.

ग्रामसभेने घेतले हे महत्त्वपूर्ण निर्णय

१) गाव शिवारात नवीन विंधन विहीर घेण्यास बंदी
२) एक मूल, एक झाड
३) घर तेथे शोषखड्डा
४) योजनांमध्ये सक्रिय लोकसहभाग
५) घर तेथे शौचालय
६) एक गाव, एक रंग
७) व्यसनमुक्त गाव
८) सप्तसूत्रीचे तंतोतंत पालन
९) महिन्यातून एकदा सामूहिक श्रमदान

अशी झाली कामे

१) गावातील लग्न, धार्मिक, सामाजिक कार्यक्रमासाठी सामाजिक सभागृह
२) ग्रामस्तरावर विकास प्रक्रियेला गती देण्यासाठी विविध समित्यांची स्थापना
३) ग्रामस्थांसाठी क्षमता बांधणी प्रशिक्षण. हिवरेबाजारला जाऊन ग्रामविकासाचे धडे
४) किशोरवयीन मुलींसाठी जीवन प्रशिक्षण कौशल्य कार्यक्रम

कपाशीचे पीकही यंदा चांगलेच बहरले आहे.

५) माती परीक्षण, आरोग्य तपासणी, महिला मेळावा, पशुधन लसीकरण, वृक्षारोपण, परसबाग, युवकांसाठी साहित्यवाटप, श्रमदान आदी उपक्रम

जलसंधारणातून जलस्वयंपूर्णतेकडे

१) ६० हेक्टरवर बांधबंदिस्तीची कामे
२) कृषी विभागाच्या मदतीने सलग समपातळी चर खोदले
३) विहीर फेरभरणाची कामे झाली

दृश्य परिणाम

१) विहिरींच्या पाणीपातळीत वाढ झाली.
२) ठिबक सिंचनाचा वापर वाढला.
३) कमी पाण्यावर कापूस, बाजरी पिके घेतली.
४) जलसंधारणाची कामे झालेल्या भागात

ग्रामस्थांच्या सहभागातून ववा गाव विकासाकडे वाटचाल करत आहे. ग्रामविकास संस्थेचा अनुभवही चांगला असल्याने कामाला गती मिळत आहे. फुलंब्री तालुक्यातील किनगाव व पैठण तालुक्यातील ववा मराठवाड्यातील आदर्श गावे म्हणून लवकरच पुढे येतील.

पोपटराव पवार, कार्याध्यक्ष,
आदर्श गाव योजना

अडीच लाख रुपये खर्चून अवघ्या ६० हेक्टरवर कंपार्टमेंट बंडिंगचे काम झाले. परिसरातील वीस विहिरींच्या भूजलपातळीत वाढ होऊन सिंचनासाठी पाणी उपलब्ध झाले. गावचा दुष्काळमुक्तीकडे प्रवास सुरू आहे.

नरहरी शिवपुरे, सचिव,
ग्रामविकास संस्था, औरंगाबाद

वर्षापूर्वी बचत गटाच्या स्थापनेमुळे शेती व मुलांच्या शैक्षणिक कारणासाठी अल्पदरात पैसे मिळत आहेत.

मीरा हरिभाऊ कासोळे,
अध्यक्ष, साईराम स्वयंसाहाय्यता
बचत गट, ववा

सलग समपातळी चर जागोजागी खोदण्यात आले.

भूजल पातळी वाढली.

५) ३३१ मिलिमीटर पाऊस पडूनही पहिल्या टप्प्यातील कामांमुळे विहिरी तुडुंब भरल्या.

महिला बचत गट ठरले उपयोगी

गावातील दहा कार्यरत बचत गटांना स्वयंसेवी संस्थेमार्फत मार्गदर्शन होते. पेरणीच्या अनुषंगाने हंगामी कामांना बचत गटाकडून अल्पदरात पैशांचा पुरवठा होत कर्जाचा आधार घेणे बंद झाले. मुलांच्या शिक्षणालाही बचत गटाने आधार दिला. मीरा कासोळे, सविता भालेकर, योगिता म्हस्के, सविता कुलकर्णी आदी महिला या बचत गटातून शेती विकासाबरोबरच कौटुंबिक विकासही साधता आल्याचे सांगतात.

'सकाळ माध्यम समूहा'चाही हातभार

'सकाळ माध्यम समूहा'च्या पुढाकारातून दुष्काळी स्थितीत २५ मार्च २०१३ या दिवशी गाळ काढणी मोहिमेची सुरुवात याच गावातून झाली. जिल्हा परिषदेचे मुख्य कार्यकारी अधिकारी सुकदेव बनकर, 'सकाळ'च्या मराठवाडा आवृत्तीचे कार्यकारी संपादक

गावात कमी पाऊस पडूनही जलसंधारणांच्या कामांमुळे विहिरींची पाणीपातळी वाढली आहे.

हरिश्चंद्र विठोबा घोंगडे,
शेतकरी, ववा

जलसंधारणाच्या पहिल्या टप्प्यातील कामामुळे विहिरी तुडुंब भरल्या आहेत.

संजय वरकड यांच्या उपस्थितीत मोहिमेला प्रारंभ झाला. गावशिवारातील पाझर तलावातील तीन हजार ब्रास गाळ उपसण्यात आला. त्यामुळे पाणी साठवणक्षमता वाढली. गाळ थेट शेतीत टाकल्यामुळे जमिनीच्या सुपीकतेत वाढ होणार आहे. 'तनिष्का' व्यासपीठातील महिलांचा पुढाकारही महत्त्वाचा ठरला. ग्रामविकास संस्थेच्या अध्यक्षा जयश्री हदगल

सचिव नरहरी शिवपुरे, ग्रामस्तरीय समितीचे अध्यक्ष बाबासाहेब भालेकर, ग्राम कार्यकर्ता बंडू भालेकर, महिला कार्यकर्त्या ज्योती पगारे, बापूराव भोसले, अंबादास भेरे, ग्रामपंचायत सदस्य राजेंद्र भालेकर, प्रगतिशील शेतकरी हरिश्चंद्र घोगडे, युवक मंडळाचे उपाध्यक्ष हरिभाऊ कासोळे यांचे योगदान महत्त्वाचे ठरले.

ववा गावातील काही ठळक योजना

१) ग्रामपरिवर्तनासाठी अभ्यास दौरे
२) संत गाडगेबाबा ग्रामस्वच्छता अभियान
३) महात्मा फुले जल व भूमिसंधारण अभियान
४) वाचनसंस्कृतीसाठी वाचनालय
५) आर्थिक संपन्नतेसाठी महिला बचत गट

'सकाळ माध्यम समूहा'च्या पुढाकारातून गाळ काढणी मोहिमेची सुरुवात ववा गावातून झाली.

६) मनुष्यबळ विकास, रेशीम, जलसंधारण प्रशिक्षण
७) कृषिविषयक विविध योजना
८) पशुधन लसीकरण योजना
९) महिला आरोग्य मेळावे
१०) ग्रामीण महिला जाणीव जागृती शिबिर
११) शिवकालीन पाणीसाठवण योजना
१२) ग्राम महोत्सव
१३) श्रमानुभव शिबिर
१४) वृक्षारोपण
१५) सुलभ शौचालय
१६) सुसज्ज व्यायाम शाळा
१७) लोकसहभागातून गाळ काढणी मोहीम

संपर्क : **बंडू भालेकर,** ग्राम कार्यकर्ता, ९०११०३४४१७, **नरहरी शिवपुरे,** सचिव, ग्रामविकास संस्था, औरंगाबाद, ९८२२४३१७७८

(प्रकाशन दिनांक : ६ ऑक्टोबर २०१३)

उत्तर महाराष्ट्र

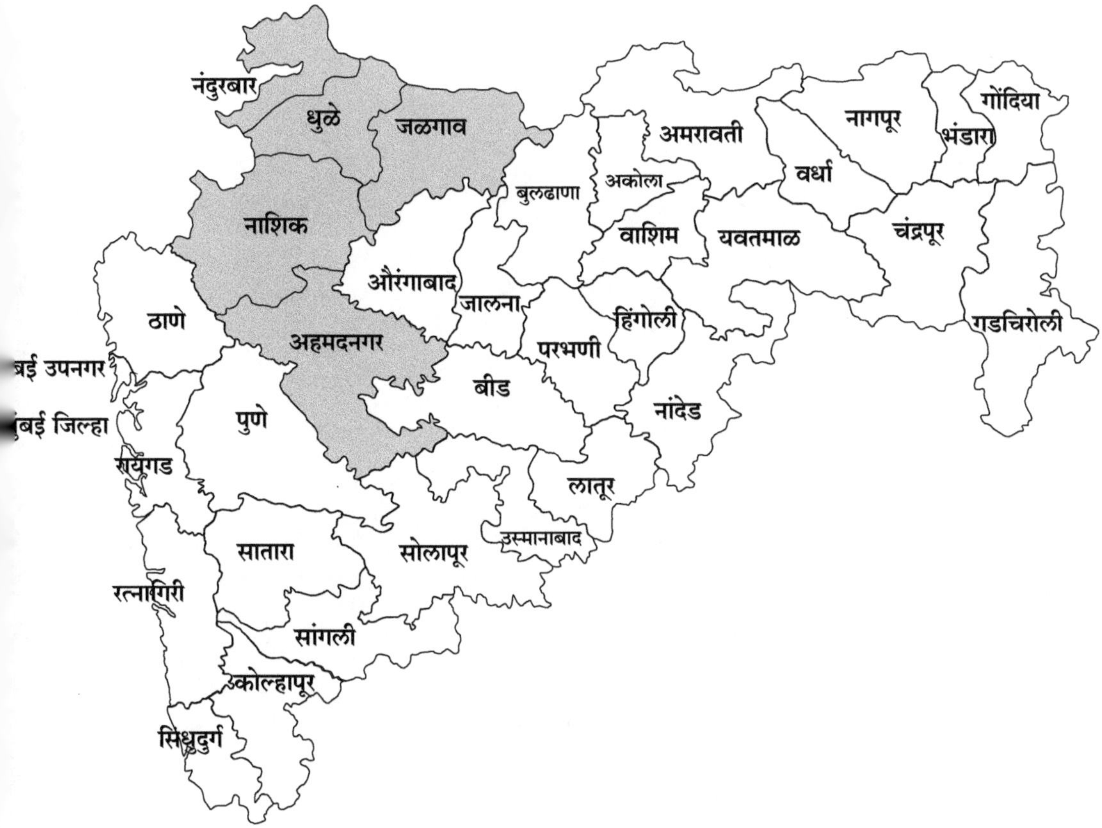
नंदुरबार
धुळे
जळगाव
नाशिक
ठाणे
औरंगाबाद
जालना
अहमदनगर
पुणे
रायगड
रत्नागिरी
सातारा
सांगली
कोल्हापूर
सिंधुदुर्ग
सोलापूर
बीड
उस्मानाबाद
लातूर
परभणी
हिंगोली
नांदेड
बुलढाणा
अकोला
वाशिम
अमरावती
यवतमाळ
वर्धा
नागपूर
भंडारा
गोंदिया
चंद्रपूर
गडचिरोली

भूजल पातळी वाढणारा 'शिरपूर पॅटर्न'

धुळे जिल्ह्यातील शिरपूर तालुक्यात माथा ते पायथा पद्धतीने नाल्यांवर बंधारे घालून पावसाळ्यात वाहून जाणारे पाणी अडवण्यासह खालावलेली भूजल पातळी उंचावण्यासाठी २००४ मध्ये सुरुवात झाली. आजही अविश्रांत सुरू असलेल्या जलसंधारणाच्या या प्रयोगांतून २० हजार हेक्टरपेक्षा अधिक जिरायती शेती ओलिताखाली आली आहे. 'शिरपूर पॅटर्न'ने जिरायती शेतकऱ्यांच्या जीवनात खऱ्या अर्थाने हरितक्रांतीची स्वप्ने फुलवली आहेत.

जितेंद्र पाटील

सातपुडा पर्वत व तापी नदीदरम्यानच्या पट्ट्यात वसलेला शिरपूर तालुका (जि. धुळे) पाण्याच्या बाबतीत कधी काळी खूप सधन होता. केळीसह उसासारखी बागायती पिके घेणाऱ्या शेतकऱ्यांना पावसाळा नियमित असेपर्यंत पाणीटंचाईशी सामना करावा लागत नव्हता. घनदाट वृक्षांनी व्यापलेल्या सातपुडा पर्वतरांगांमध्ये पडणारे पावसाचे पाणी नदी-नाल्यांवाटे वर्षातील बराच काळ झुळुझुळू वाहायचे. भूजल पातळी समाधानकारक होती.

पाण्यासाठी वणवण भटकण्याची वेळ

पुढे अनियंत्रित वृक्षतोडीमुळे लगतचा सातपुडा पर्वत जसजसा उजाड होत गेला, तसतसे शिरपूर तालुक्यातील पावसाचे प्रमाण कमी होत गेले. चोवीस तास चालणाऱ्या विहिरींनी तळ गाठला. ट्यूबवेल ५०० फुटांच्या पुढे खोल गेल्या. कधी काळी खळाळून वाहणारे नदी-नाले पावसाळ्यातील चार महिनेही अडखळत वाहू लागले. पावसाळ्याचे चार महिने सोडल्यास नदी-नाल्यांमध्ये पाण्याचा थेंबही दुर्मिळ झाला. ज्वारी, बाजरी, जिरायती कपाशीचे पदरी पडेल तेवढे उत्पादन घेण्यापर्यंत शेतकऱ्यांवर वेळ आली. शिरपूर तालुक्यास हिरवी स्वप्ने दाखवण्यासाठी माजी आमदार अमरीश पटेल यांनी पुढाकार घेतला. निवृत्त भूवैज्ञानिक सुरेश खानापूरकर यांची त्यांना साथ लाभली आणि 'शिरपूर पॅटर्न'चा आविष्कार जगासमोर आला.

शिरपूर पॅटर्न अंतर्गत अव्याहतपणे सुरू असलेले नाला खोलीकरणाचे काम.

शिरपूर पॅटर्नमुळे गावागावांत उत्साहाचे झरे

तालुक्यातील तरडी, बभळाज, नागेश्वर, सावेर, भाटपुरा, गोदी, तोंदे, भोरखेडा, असली, दहीवद, गरताड, ताजपुरी, विखरण, मुखेड, बलकुवे, वाडी, अभानपूर, बोराडी, अर्थे, मांजरोद यांच्यासह शेकडो गावांनी पाण्याची खूप मोठी किंमत मोजली. आता मात्र इथल्या शेतकऱ्यांच्या जीवनात 'शिरपूर पॅटर्न'मधील जलसंधारणाच्या कामांतून सुवर्णकाळ आला आहे. खानापूरकर यांच्या मार्गदर्शनाखाली झालेल्या या कामांतून भूजल पातळीही वाढली. गावागावांतील शेतकऱ्यांत मोठा उत्साह संचारला.

१) काही वर्षांपूर्वी ३०० ते ५०० फूट खोल खोदूनही ट्यूबवेलला पाणी लागत नसल्याने शेतकरी हतबल झाले होते. तशी स्थिती आता कुठेच राहिलेली नाही. पाणी अडवल्यामुळे भूजल पातळीत चांगली वाढ झाली असून, ७० ते ८० फुटांवरच ट्यूबवेलला पाणी लागते आहे.

२) गेल्या वर्षी बंधाऱ्यांत साठवलेले पावसाचे पाणी दुसऱ्या वर्षीच्या पावसाळ्याची सुरुवात होईपर्यंत टिकून राहत आहे, त्यामुळे ट्यूबवेल घेणे शक्य नसलेल्या लहान शेतकऱ्यांनाही डिझेल इंजिनच्या साह्याने थेट पाणीउपसा करण्याची मुभा देण्यात आली आहे. परिणामी ओलिताखालील क्षेत्रात लक्षणीय वाढ झाली.

३) भेंडी, टोमॅटो, काकडी, डाळिंब, बागायती कपाशी घेण्यासाठी प्रत्येक गावातील शेतकरी मोठ्या संख्येने सरसावले आहेत. एका वर्षात दोन ते तीन हंगाम घेणाऱ्यांचे प्रमाण वाढले आहे.

नाल्यावर डिझेल पंप बसवून शेतकऱ्यांनी जिरायती शेती ओलिताखाली आणली आहे.

४) यंदा खानदेशात पावसाअभावी सर्वदूर खरिपाच्या पेरण्या खोळंबल्या; मात्र शिरपूर तालुक्यात आतापर्यंत ६० टक्के क्षेत्रावरील खरिपाच्या पेरण्या मार्गी लागल्या आहेत. त्यात सुमारे १२ हजार हेक्टरवर पूर्वहंगामी कपाशीची लागवड आहे.

असा आहे 'शिरपूर पॅटर्न'

- सातपुड्यात उगम पावलेल्या व तापी नदीला जाऊन मिळणाऱ्या २२ नाल्यांवर माथा ते पायथा पद्धतीने ११६ बंधाऱ्यांचे काम
- प्रतिबंधाऱ्यासाठी खोदकाम व बांधकामासाठी सुमारे २५ लाख रुपये खर्च
- ११६ बंधाऱ्यांसाठी आत्तापर्यंत सुमारे २२ कोटी खर्च
- भूजल पातळी उंचावल्याने ट्यूबवेलला ६० ते ७० फुटांवर पाणी
- शिरपूर तालुक्यातील ५५ गावांना

पाऊस लांबल्यामुळे धुळे जिल्ह्यात खरिपाच्या पेरण्या खोळंबल्या आहेत. एकट्या शिरपूर तालुक्यात ७० टक्के क्षेत्रावरील पेरण्या मार्गी लागल्या आहेत. त्याचे श्रेय 'शिरपूर पॅटर्न'च्या माध्यमातून लहान–मोठ्या नाल्यांवर राबविलेल्या जलसंधारणाच्या प्रयोगांना जाते. दुष्काळ हद्दपार करण्यासाठी जलसंधारणाची चळवळ गावागावांत रुजवण्याशिवाय दुसरा पर्याय नसल्याचे त्यावरून सिद्ध झाले.

सुरेश खानापूरकर,
भूवैज्ञानिक,
'शिरपूर पॅटर्न'चे प्रणेते

शिरपूर पॅटर्नच्या माध्यमातून शेतीशेजारी चेक डॅम अस्तित्वात आल्यापासून आमच्या जीवनमानात आमूलाग्र बदल झाला. ट्यूबवेलला ४० फुटांवरच पाणी लागले. त्याद्वारा डाळिंब, भाजीपाला पिके घेतो. हातात खेळता पैसा राहू लागल्याने कोणापुढे हात पसरण्याची वेळ येत नाही.

प्रदीप गुजर,
बभळाज, शिरपूर

एकवीस एकरांवरील जिरायती शेतीत एकत्र कुटुंबाचे पोट भरण्याचे वांदे झाले होते. मात्र शिरपूर पॅटर्नअंतर्गत शेताजवळून वाहणाऱ्या नाल्यावरील बंधाऱ्यामुळे सिंचनाची बारमाही सुविधा उपलब्ध झाली. गहू, कांदा, टोमॅटो, भेंडी, कपाशी पिके घेतल्याने हलाखीची परिस्थिती सुधारली. पक्के घर बांधण्याचे स्वप्न पूर्ण केले.

शालीक मोरे,
अजनाड बंगला, ता. शिरपूर

छोटे-मोठे बंधारे पूर्णत्वास आल्यापासून अनेक गावांमधील पाणीटंचाई दूर झाली आहे. भूजल पातळी उंचावल्यामुळे उन्हाळ्यातही ट्यूबवेल तसेच हातपंपांमधून मुबलक पाणी मिळू लागले आहे. पाण्यासाठी वणवण भटकण्याचे दिवस मागे पडले आहेत.

संतोष जाधव,
सरपंच, अजनाड, ता. शिरपूर

जलसंधारणाचा अप्रत्यक्ष लाभ

- तालुक्यातील सुमारे २० हजार हेक्टर शेतीला लाभ
- जल व मृद्संधारण कामे ठिकठिकाणी अजूनही प्रगतिपथावर
- आगामी काळात अन्य ९५ गावांमध्ये जलसंधारणाची कामे प्रस्तावित

शिरपूर पॅटर्नची वैशिष्ट्ये

- बंधारे व नाले रुंदीकरणासाठी कोणतेही भूसंपादन करावे लागले नाही
- पुनर्वसनावर कोणताही खर्च झाला नाही
- खोदकामातून निघालेली माती व मुरमातून शेतरस्ते तयार झाले
- बंधाऱ्यांमधील गाळामुळे खडकाळ शेती समतल होऊन पेरणीयोग्य झाली
- बारमाही पाणीउपलब्धतेमुळे शेतकऱ्यांना तिन्ही हंगामांत पिके घेणे शक्य झाले
- कांदा, केळी, डाळिंब, ऊस, भाजीपाला, बागायती कपाशी क्षेत्रवाढ
- निसर्गचक्र सुरळीत होऊन वनस्पती, प्राणी, पक्ष्यांची संख्या वाढली
- पेयजलाचा प्रश्न सुटल्याने बहुतांश गावे टँकरमुक्त

संपर्क : **सुरेश खानापूरकर,**
९८२२३६३६३९
(प्रकाशन दिनांक : ५ जुलै २०१४)

सिन्नरमधील गावांची वाटचाल जिरायतीकडून बागायतीकडे!

नाशिक जिल्ह्यात सिन्नर तालुक्यातील लोणारवाडी, भाटवाडी, वडगाव, बेलांबा सिन्नर आणि टेंभुरवाडी ही पाच गावे वर्षानुवर्षे दुष्काळाच्या छायेत राहिली. सिन्नरच्या युवामित्र संस्थेच्या प्रयत्नांतून या भागातील देव नदीवरील ब्रिटिशकालीन बंधारे व त्यावरील पाटपाण्याची व्यवस्था पुनरुज्जीवित झाली आहे. परिणामी, ही गावे बारमाही पिकांची झाली आहेत. त्यातूनच आधुनिक शेतीचे विविध प्रयोग उभे राहिले आहेत.

ज्ञानेश उगले

सिन्नरमधून वाहणारी एकमात्र देव नदी या तालुक्याची जीवनवाहिनी आहे. तिचा उगम सिन्नरपासून २६ किलोमीटरवर असलेल्या सह्याद्री पर्वतरांगेवरील औंढेपट्टा या डोंगररांगेतील धोंडबार या गावातून होतो.

पाणी आले; पीकपद्धती बदलली!

देव नदीवरील पाटांच्या आणि पाटसारण्यांच्या पुनरुज्जीवनामुळे गेल्या वर्षी २०१३ मध्ये वडगावच्या ९५ विहिरींपैकी ८०, भाटवाडीतील ७७ पैकी ६५, लोणारवाडीच्या १७० विहिरींपैकी ११४ व सिन्नर बेलांबे पाटाखालील १३० विहिरींपैकी १०६ विहिरी चार दशकांच्या दीर्घ कालावधीनंतर प्रथमच पाण्याने काठोकाठ भरल्या. परिणामी भाटवाडी, वडगाव, सिन्नर व लोणारवाडी या गावांतील ७५० हेक्टर क्षेत्र कितीतरी वर्षांनी पहिल्यांदाच भिजले गेले. मागील वर्षी देव नदी नेहमीप्रमाणे नोव्हेंबर-डिसेंबरमध्येच कोरडी झाली, परंतु बंधाऱ्यांचे पाणी पाटाच्या माध्यमातून भाटवाडी व वडगावच्या शिवारांत फिरल्याने फेब्रुवारी २०१४ पर्यंत या गावांतील विहिरी भरलेल्या राहिल्या. असा चमत्कार तब्बल ३९ वर्षांनी इथल्या लोकांना पाहायला मिळाला. डिसेंबरमध्ये कोरड्या पडणाऱ्या विहिरींमध्ये जून महिन्यातही पाणी होते.

देव नदीवरील ब्रिटिशकालीन बंधारे व त्यावरील पाटपाण्याची व्यवस्था पुनरुज्जीवित केली.

ब्रिटिशकालीन बंधाऱ्यांचे पुनरुज्जीवन केले.

त्यामुळे लोणारवाडी, भाटवाडी, वडगाव, बेलांबा शिवार, सिन्नर व म्हाळुंगी नदीवरील टेंभुरवाडी या गावांना पुन्हा पाणी मिळू लागले. त्यातूनच शाश्वत व आधुनिक शेतीचे विविध प्रयोग उभे राहिले. सन २००९-१० मध्ये वडगाव आणि भाटवाडी या पहिल्या दोन गावांचे बंधाऱ्यांचे काम केले. त्यांना पाण्याची शाश्वती येऊ लागली. वडगावला मागील वर्षी दसऱ्याच्या मुहूर्तावर ११ ट्रॅक्टर शेतकऱ्यांनी खरेदी केले. विशेष म्हणजे सर्व शेतकरी पाच एकरांच्या आतील क्षेत्र असलेले आहेत. शेतकऱ्यांनी देव नदी व्हॅली ॲग्रिकल्चर प्रोड्युसर कंपनी स्थापन केली.

जलस्त्रोतांच्या पुनरुज्जीवनाची शोधयात्रा!

युवामित्र संस्थेने स्थानिक लोकांचा आर्थिक मागासलेपणा व नाहीशा होत चाललेल्या जैव विविधतेच्या विनाशाचे कारण शोधून काढण्यासाठी २००७ मध्ये शोधयात्रेचे आयोजन केले होते. त्यात विविध गावांतून ४० युवक सहभागी झाले होते. या अभ्यासात देव नदीवरील बंधाऱ्यांवर आधारित

सिंचन व्यवस्थेचा उलगडा झाला. मोडकळीस आलेली देव नदीवरील सिंचन व्यवस्था आणि परंपरागत पाणीवाटप व व्यवस्थापनामध्ये लोकसहभागाचा अभाव, या समस्या पुढे आल्या. त्यानंतर स्थानिक जलव्यवस्थापन व्यवस्थेचे लोकसहभागातून पुनरुज्जीवन करण्याचे ठरवून कामास सुरुवात झाली.

आणि काम सुरू झाले

सन २००८ मध्ये 'युवामित्र'ने सुरुवातीला तीन गावांत बंधारे, पाट व पाटचाऱ्या दुरुस्त करण्याची योजना बनवली, त्यासाठी या गावांतील जुन्याजाणत्या मंडळींबरोबर बैठका झाल्या. वृद्ध, अनुभवी व्यक्तीही पूर्वीच्या कामांची दुरुस्ती व सफाईसाठी तयार झाले. जिथे माती साचली होती, त्या ठिकाणी खोदाई यंत्र, ट्रॅक्टर व फावडे वापरून जुन्या पाटांची रचना सुरक्षित ठेवून माती काढण्यास सुरुवात केली. या पहिल्या टप्प्यात वडगावचा तीन किलोमीटरचा आणि भाटवाडीचा ३.२ किलोमीटरचा पाट दुरुस्त केला गेला. पाटाची गळती, तुटफूट दुरुस्त केली. सन २००९ मध्ये एक पथदर्शी प्रकल्प तयार करण्यात आला. सर दोराबजी टाटा ट्रस्ट, मुंबई, यांच्यामार्फत अर्थसाह्य मिळाले. वडगाव व भाटवाडीतील लोकसहभागातून एप्रिल २०११ मध्ये कामांची अंमलबजावणी सुरू झाली.

सन २००९ च्या पावसाळ्यात पाटांतून पाणी फिरले व विहिरींची पाणीपातळी वाढण्यास सुरुवात झाली. नोव्हेंबर-डिसेंबरला संपणारे विहिरीचे पाणी एप्रिल-मेपर्यंत टिकू लागले. यानंतर परिसरातील शेतकऱ्यांचा प्रतिसाद वाढला. जलसिंचनाची ही व्यवस्था बघण्यासाठी व तिच्यावर देखरेख ठेवण्यासाठी वडगाव व भाटवाडी गावांतील शेतकऱ्यांनी पाणीवापर संस्था स्थापन केल्या. वेळोवेळी पाणीवापर संस्थांच्या क्षमतावृद्धीसाठी प्रशिक्षण, बैठका यांचेही आयोजन झाले. मागील दोन वर्षांपासून दोन्ही गावांतील बंधारे, पाट व पाणीवाटप व्यवस्थापन या पाणीवापर संस्थांकडून केले जात आहे.

'युवामित्र'चे श्री. पोटे म्हणाले की, ब्रिटिशांनी बांधलेल्या या बंधाऱ्यांचे वैशिष्ट्य असे आहे, की त्यांच्या आजूबाजूला वाहणारे छोटे छोटे ओहळ, नाले या बंधाऱ्यांना येऊन मिळतात. त्यामुळे बंधाऱ्यांचे स्वतःचे पाणलोट क्षेत्र आहे. पाटातून शेताला मिळणारे पाणी संपूर्ण क्षेत्र भिजवत पुन्हा नदीलाच जाऊन मिळते, त्यामुळे पाणी कुठे वाया जात नाही. युवामित्रच्या पुढाकाराने झालेल्या दुरुस्तीच्या कामांत प्रत्येक पाट-पोटचाऱ्या, पाट सारणी दुरुस्त केल्या. अशा प्रकारच्या परिपूर्ण नियोजनामुळे गावातील प्रत्येक शेतकऱ्याला पाणी मिळण्यास मदत झाली.

लोकसहभागातून पाणी नियोजन

सद्यःस्थितीत ब्रिटिशांनी विकसित केलेल्या पाणीवाटपाच्या धोरणामध्ये आवश्यक ते बदल करून पाणीवाटप केले जाते. त्याचबरोबर त्यांनी बनवलेल्या पाणीवाटपाच्या नियमांचे पालन पाणीवापर

बंधाऱ्यातील उंचावलेली पाणी पातळी.

संस्थांच्या माध्यमातून केले जाते. कोणीही शेतकरी पाण्याची चोरी करित नाही. सगळ्यांना आपापल्या वाट्याचे पाणी मिळते. अशा प्रकारे लोकसहभागावर आधारलेली पाणीवाटप आणि पाणी व्यवस्थापनाची पारंपरिक व्यवस्था पुनरुज्जीवित झाली आहे. गावकरी या व्यवस्थेच्या देखभालीचे काम करतात. पाणीवापर संस्थेचे नियम बनविताना कुणीही पाण्याचा दुरुपयोग करणार नाही, याची काळजी घेण्यात आलेली आहे. आज सिंचनाच्या या धोरणामुळे पाचही गावांची मिळून सुमारे १५२५.९० हेक्टर जमीन सिंचित होत आहे. ४७२ विहिरींची पाण्याची पातळी राखली जात आहे. स्थानिक महिला शेतकऱ्यांनी २३७ प्लॉट तयार केलेले आहेत. पाण्याचे व्यवस्थित नियोजन करण्यासाठी ७२५ एकरांवर ठिबक सिंचन केले आहे.

दुष्काळ हटवण्याच्या प्रयत्नांना यश

- देव नदीवर एकूण २० बंधाऱ्यांचे पुनरुज्जीवन प्रस्थापित
- आतापर्यंत पाच बंधाऱ्यांची कामे पूर्ण
- येत्या दोन वर्षांत उर्वरित बंधारे पूर्ण करण्याचे नियोजन
- कार्यक्रमांतर्गत परिसरात १५ एकरांवरून ५०० एकरांवर ठिबक सिंचन
- ९१७ हेक्टर प्रत्यक्ष व १२०० हेक्टर अप्रत्यक्ष अशी २११७ हेक्टरपर्यंत सिंचनवाढ
- रब्बी हंगामात शेतीची शाश्वती तयार झाली
- उन्हाळ्यात जनावरांसाठी, तसेच पिण्याच्या पाण्याची सोय झाली
- पीकपद्धती बदलली
- २२ शेडनेट हाऊस उभी राहिली
- परदेशी भाजीपाला पिकवण्यास प्रारंभ
- टँकरपासून मुक्तता

संपर्क : **सुनील पोटे,** ९४२२९४२७९९
(प्रकाशन दिनांक : १० जुलै २०१४)

पाथरी, सामनेर गावांत अवतरली 'जलश्री'

जळगाव जिल्ह्यातील पाथरी व सामनेर या गावांचे शेतीशिवार सुमारे १५०० हेक्टर. मात्र, त्यातील १० टक्के क्षेत्र निव्वळ डोंगरमाथ्याचे व खडकांनी व्यापलेले. पेरणीलायक क्षेत्रातही माती कमी, दगडगोटेच जास्त. पावसाच्या भरवशावर पिके घ्यायची तरी जेमतेम उत्पन्नावर उदरनिर्वाह चालणे कठीण. परंतु एके दिवशी 'इक्रिसॅट' व 'जलश्री' संस्था व लोकसहभागातून शिवारातील पाणी शिवारातच जिरविण्याची कामे सुरू झाली अन् पाण्यासाठी आसुसलेल्या या दोन्ही गावांत जलसंधारण कामांतून जणू 'जलश्री'च अवतरली.

जितेंद्र पाटील

जळगाव येथील खानदेश एज्युकेशन सोसायटी संचालित मूळजी जेठा (एम. जे.) महाविद्यालयाने सामाजिक जबाबदारीचे भान ठेवून 'जलश्री वॉटरशेड सर्व्हेलन्स अँड रिसर्च इन्स्टिट्यूट'ची स्थापना केली आहे. या संस्थेने हैदराबादस्थित 'इक्रिसॅट' व कृषी विभागाच्या सहकार्यातून २००८ पासून पाथरी (ता. जळगाव) व सामनेर (ता. पाचोरा) या दोन शेजारी शेजारी असलेल्या गावांमध्ये आदर्श पाणलोट विकास कार्यक्रम हाती घेतला. खानदेश एज्युकेशन सोसायटीचे अध्यक्ष नंदकुमार बेंडाळे, एम. जे. महाविद्यालयाचे प्राचार्य डॉ. अनिल राव यांच्या मार्गदर्शनाखाली राबवलेल्या जलसंधारण कार्यक्रमातून भूजल पातळी वाढवण्याचा प्रयत्न झाला. त्यातून दोन्ही गावांच्या परिसरात सुमारे १५०० हेक्टर शेती ओलिताखाली आली. अनियमित पाऊस व खालावलेल्या भूजल पातळीमुळे जिरायती शेतीत वर्षानुवर्षे खस्ता खाणाऱ्या शेतकऱ्यांच्या जीवनात यशश्री खेचून आणण्याचे काम यातून झाले.

आधी विश्वास, नंतर विकास

'इक्रिसॅट' व 'जलश्री' संस्थेने पाणलोट विकास कार्यक्रमासाठी सर्वेक्षणाअंती पाथरी व सामनेर गावांची निवड केली. लोकसहभाग वाढविण्यासह पाणलोट विकासाची चळवळ प्रत्येक शेतकऱ्यापर्यंत पोचविण्यासाठी दोन्ही गावांची सद्यःस्थिती जाणून घेतली. अस्तित्वात असलेले शिवारातील बंधारे,

पाण्याची पातळी, पावसाचे प्रमाण आदी निरीक्षणे नोंदवण्यात आली. काहींच्या शेतात माती परीक्षण केले. अहवालानुसार अन्नद्रव्यांचे व्यवस्थापन, सुधारित वाणांचा पुरवठा, अवजारे, बांधबंदिस्तीसाठी रोपे पुरविण्यात आली.

शेतकरी स्वतःहून पुढे आले

शेती उत्पादनात अपेक्षित वाढ झाल्याचे निदर्शनास आल्यावर उत्साहित झालेले शेतकरी पुढील कार्यक्रमात सहभागी होण्यासाठी स्वतःहून पुढे आले. त्यातूनच पाथरी व सामनेर गावांचा कायापालट करणारी 'पद्मालय पाणलोट विकास समिती' अस्तित्वात आली. सर्वसंमतीने शेतीशिवारांतून वाहणाऱ्या नाल्यांवर माथा ते पायथा पद्धतीने बंधारे घालून पाणी अडवण्यासह जिरवण्यासाठीचा 'ॲक्शन प्लॅन' तयार करण्यात आला. समितीच्या सदस्यांना इक्रिसॅटने कोथापल्ली (आंध्र प्रदेश) येथे साकारलेल्या आदर्श पाणलोट प्रकल्पाची भेट घडवली.

शेतकऱ्यांना काम निवडीचे अधिकार

पाथरी व सामनेर गावांना भेट देण्याबरोबरच 'जलश्री'च्या समन्वयक प्रा. डॉ. गौरी राणे व

जलसंधारणाच्या उद्देशाने नाल्यांचे पावसाळ्यापूर्वीच केलेले रुंदीकरण व खोलीकरण.

पाणलोट विकासातून झालेल्या कामांमुळे शिवारातील काही नाल्यांमध्ये अजूनही पाणीसाठा आहे.

'इक्रिसॅट'चे वरिष्ठ अधिकारी सुहास वाणी, राघवेंद्रराव सुदी यांनी शेतकऱ्यांशी चर्चा केली. शिवारातून वाहणाऱ्या नाल्यांवर सिमेंटचे बांध घालणे, रुंदीकरण-खोलीकरण, नादुरुस्त बंधारे दुरुस्त करणे, नवीन बंधारे घालणे, डोंगराळ भागात खोल सलग समतल चर (सीसीटी), शेततळे, वृक्षारोपण मोहीम आदी कामे आगामी पाच वर्षांच्या कालखंडात हाती घेण्याचे ठरले. विविध नाल्यांचा प्रवाह, उताराची दिशा, पाणी वहन क्षमता, स्त्रोत आदी घटकांची माहिती शेतकऱ्यांनी दिली. त्यातून पाणलोट कामांना गती मिळाली. विशेष म्हणजे नाला खोदकामासह बंधाऱ्याच्या कामाची कंत्राटे बाहेरील कंत्राटदारांना देण्याऐवजी गावातील व्यक्तींना देण्यात आली, त्यामुळे प्रत्येक कामात पारदर्शकता राहिली. कमी खर्चात दर्जेदार कामे झाल्याने त्याचे चांगले परिणाम समोर येऊ लागले आहेत.

'पाथरी व सामनेर शिवारांतील नाले पूर्वी पावसाळ्यातील चार महिनेही मोठ्या मुश्किलीने वाहत होते. जलसंधारणाच्या कामांमुळे नाल्यांमध्ये उन्हाळ्यातही पाणी दिसू लागले. जिरायती शेतकऱ्यांना विहिरींच्या पाण्यावर बागायती पिके घेणे शक्य झाले.

प्रा. डॉ. गौरी राणे, समन्वयक,
'जलश्री' वॉटरशेड सर्व्हेलन्स व
रिसर्च इन्स्टिट्यूट, जळगाव

पाणलोट विकास कार्यक्रमांतर्गत कामांची निवड गावातील शेतकरी करतात. अनुभवी अभियंत्यांकडून रीतसर आराखडा तयार करून घेतल्यानंतर दहा टक्के लोकसहभागातून स्थानिक पातळीवर कामांचे कंत्राट देण्यात येते. प्रत्येक व्यवहार धनादेशाद्वारे केला जातो. कामांच्या दर्जात तडजोड केली जात नाही.

सावकाश पाटील, सचिव,
पद्मालय पाणलोट विकास समिती

शेतीशिवारातील नाल्यांवर पाणी अडवण्यासाठी घेतलेले कमी खर्चाचे सिमेंट बंधारे.

अशी साकारली 'जलश्री'

- पाणलोट विकास समितीत ५० टक्के महिला
- चौफेर खोदलेल्या 'सीसीटी'मुळे ५० हेक्टरवरील हत्ती डोंगराची अवकळा दूर
- बहुतांश नाल्यांचे खोलीकरण व रुंदीकरण
- नाले रुंद झाल्यामुळे पुराचे पाणी शेतांत शिरण्याचा धोका कमी झाला, पिकांचे नुकसान टळले.
- ठिकठिकाणी सिमेंटचे बांध घातल्याने सुसाट वाहणाऱ्या पाण्याच्या प्रवाहात अडथळे निर्माण झाले.
- जमिनीत मोठ्या प्रमाणावर पाणी जिरल्याने भूजल पातळीत लक्षणीय वाढ झाली.
- ४० ते ५० फूट खोल विहिरींची पाणीपातळी उन्हाळ्यातही टिकून राहिली.
- विहिरीच्या पाण्यावर केळी, पपई, पूर्वहंगामी कपाशी घेणे शक्य झाले.

संपर्क : **प्रा. डॉ. गौरी राणे,** ९८५०८२४३७०
सावकाश पाटील, ९४२१८६६१५८
(प्रकाशन दिनांक : ११ जुलै २०१४)

आठ एकरांवरील जिरायती शेतीत अतोनात कष्ट उपसूनही काहीच हाती लागत नव्हते. पाणलोट विकासकामांतून अन्य शेतकऱ्यांकडील विहिरींना चांगले पाणी लागल्यानंतर मीही शेतात विहीर खोदली. उपलब्ध पाण्यावर बागायती पिके घेण्याचे स्वप्न साकारले. निराशेच्या गर्तेतून एकदाचा बाहेर पडलो.

यशवंत बाविस्कर,
शेतकरी, पाथरी

आदिवासी शेतकरी झाला भाजीपाला बागायतदार

'पावसाळ्यात चार महिने धो धो पाऊस आणि उन्हाळ्यात पिण्याच्या पाण्यासाठी वणवण' अशी स्थिती वर्षानुवर्षे असलेल्या पेठ तालुक्यातील (जि. नाशिक) लव्हाळी, रानविहीर आणि सादरपाडा या गावांचा कायापालट झाला आहे. संस्था व ग्रामस्थ यांच्या एकत्रित प्रयत्नांतून आठ बंधारे उभारण्यात आले. त्यातून गावांतील विहिरी भरल्या. उन्हाळ्यातही बागायती शेती फुलू लागली. भात उत्पादक शेतकरी भाजीपाला उत्पादक झाला.

ज्ञानेश उगले

नाशिक जिल्ह्याच्या पश्चिमउत्तरेस महाराष्ट्र आणि गुजरात राज्यांच्या सीमेलगत पेठ हा आदिवासी तालुका वसला आहे. डोंगराळ दुर्गम परिसर, समतल जमिनींचा अभाव, पावसाळ्यात संततधार पाऊस. अशा परिस्थितीत केवळ भाताचे पीक घेणेच शक्य होत असल्याने त्याचा विपरीत परिणाम या भागातील अर्थव्यवस्थेवर कायमच झाला आहे. शिक्षण, स्वयंरोजगार, रस्ते, वीज या मूलभूत सुविधांना येथील आदिवासी शेतकरी नेहमीच पारखा झाला आहे. गावांत मूलभूत सुविधा नाहीत, उत्पन्नाचे साधन नाही, त्यामुळे विकासाच्या संधी नाहीत.

अभ्यासानंतर ठरवली कामाची दिशा

नाशिक येथील वनवासी कल्याण आश्रम संस्थेने ही परिस्थिती बदलण्याचे ठरवले. स्थापत्य अभियंता व संस्थेचे ज्येष्ठ कार्यकर्ते प्रमोद कुलकर्णी यांनी आपल्या दहा अभियंता मित्रांसोबत चर्चा केली. पेठ भागातील आदिवासी शेतकऱ्यांचे जीवनमान उंचावण्यासाठी प्रयत्न करण्याचा प्रस्ताव ठेवला. सर्वांनीच काम करण्याची तयारी दाखवली. वनवासी कल्याण आश्रमाचे आरोग्यरक्षणाचे प्रयोग पेठ तालुक्यातील काही गावांत मागील सात वर्षांपासून सुरूच होते. नव्या प्रयोगांसाठी तीच गावे निवडण्याचे ठरवले. तुलनेने अधिक दुर्गम व अविकसित अशी लव्हाळी, रानविहीर व सादरपाडा ही गावे निवडण्यात आली. पेठपासून नऊ किलोमीटरवरील ही गावे जमीन क्षेत्राच्या ७०० ते ८०० फूट

पेठ तालुक्यातील लव्हाळी, सादरपाडा, रानविहीर या गावांच्या शिवारांत असे ठिकठिकाणी बांध घालून पाणी अडवण्यात आले आहे.

खोल दरीमध्ये आहेत.

एवढे अनर्थ पाणीटंचाईने केले

खोल दऱ्यांच्या या परिसरात डोंगररांगांमुळे पावसाळ्यात प्रचंड पाऊस पडतो, पावसाचे पाणी दूरवर वाहून जाते. डिसेंबरपासूनच या आदिवासी प्रदेशात पाणीटंचाईच्या झळा सुरू होतात. सिंचनासाठी तर दूरच; पण पिण्यासाठीही पाणी मिळत नाही. अशा परिस्थितीत भात शेतीनंतर येथील शेतकरी कुटुंबे आपला बाडबिस्तरा बांधून रोजगारासाठी शहराकडे धाव घेतात. या भागात पाणी थांबले तर येथील गावकऱ्यांचे स्थलांतर थांबेल, असा निष्कर्ष समोर आल्यानंतर वनवासी कल्याण आश्रमाचे कार्यकर्ते असलेल्या नाशिकमधील ३० अभियंत्यांच्या गटाने लव्हाळी, रानविहीर, सादरपाडा या गावांत कामास सुरुवात केली.

संबंध दृढ झाले

गटाचे समन्वयक विवेक पेंडसे म्हणाले, की शहरातील सुमारे ३५ लोक आपल्याशी संवाद साधताहेत, हे सुरुवातीला गावकऱ्यांसाठी नवीन होते. पहिल्या काही बैठकांत हाती फारसे काही लागले

नाही. मात्र आम्ही चिकाटी सोडली नाही. १२ नोव्हेंबर २००९ रोजी सादरपाडा गावाजवळून वाहणाऱ्या मोठ्या नाल्यावर दगडांचे बांध टाकून पाणी अडवण्यास सुरुवात केली. २५ अभियंते, २० महाविद्यालयीन तरुण, असे काम सुरू झाले असताना परिसरातील ग्रामस्थही स्वयंस्फूर्तीने टिकाव, फावडे घेऊन या कामात सहभागी झाले. याच महिन्याभरात सादरपाडा, लव्हाळी आणि रानविहीर येथे प्रत्येकी तीन असे बंधारे बांधण्यात आले. ग्रामस्थांचा प्रतिसादही वाढत गेला. सादरपाडा येथे अभियंत्यांनी केलेल्या आराखड्यानुसार (डिझाइन) व ग्रामस्थांच्या पुढाकाराने हनुमानाचे सुबक मंदिरही उभारण्यात आले. यातून गावकरी आणि संस्थेतील संबंध दृढ होत गेले.

विहिरीला रहाट बसवण्यात आल्याने महिलांचे पाणी काढण्याचे श्रम कमी झाले आहेत.

आठ बंधारे पूर्ण

सन २००९ मध्ये सादरपाडा येथे दोन बंधारे बांधण्यात आले, त्यासाठी सिमेंटच्या १५० गोण्या अभियंत्यांच्या गटाने उपलब्ध केल्या. परिसरात जिल्हा परिषदेच्या माध्यमातून दोन पक्के बांधही बांधले होते; मात्र, त्यात पाणी साठत नव्हते. त्या कामांची दुरुस्ती करण्यात आली. वन खात्याचे अधिकारी मुकुंद जोशी, श्री. गौड यांनीही या कामी भरपूर सहकार्य केले. सन २०१० मध्ये दर वर्षीच्या तुलनेत कमी पाऊस झाला तरी दिवाळीनंतर या चारही बंधाऱ्यांत प्रथमच १०० ते १२५ फुटांपर्यंत पाणी साठलेले होते. डिसेंबरमध्ये पूर्ण आटणाऱ्या विहिरींत फेब्रुवारी संपला तरी पाणी टिकून राहिले होते. यामुळे कार्यकर्ते आणि ग्रामस्थांचा हुरूप वाढला.

गावांतील महिलांना उन्हाळ्यात विहिरींतून पाणी काढणे हे मुश्कील काम होते. गटातील ज्येष्ठ तंत्रज्ञ अण्णासाहेब शिरोळे यांनी पाणी काढणे सुलभ होण्यासाठी रहाट तयार केले. सन २०११ ते २०१३ या काळात जागानिश्चिती करून आणखी पाच बंधारे बांधण्यात आले. आता मेअखेरपर्यंत पाणी साठून राहत असल्याने उन्हाळ्यातील माणसांना पिण्याच्या तसेच जनावरांना पिण्याच्या पाण्याचा प्रश्न सुटला आहे. दर वर्षी डिसेंबरमध्येच कोरड्या पडणाऱ्या या गावांच्या शिवारांतील १० विहिरी उन्हाळ्यातही पाणी धरून ठेवू लागल्या आहेत. परिसरातील छोट्या बंधाऱ्यांतून, साठलेल्या पाण्याचाही सिंचनासाठी

नाशिकच्या वनवासी कल्याण आश्रमाचे अभियंते व गावकऱ्यांनी एकत्र येऊन श्रमदान केले.

मधमाशीपालनाच्या प्रशिक्षणातून येथील युवकांना स्वयंरोजगार प्राप्त झाला आहे.

वापर वाढला आहे. केवळ भात घेणारे लव्हाळी, सादरपाडा, रानविहीर या गावांतील शेतकरी उन्हाळी भाजीपालाही घेऊ लागला आहे. आपापले व्यवसाय सांभाळून नाशिक शहरातील ३० अभियंत्यांनी पेठ तालुक्यातील गावांच्या विकासासाठी स्वतःला झोकून दिले आहे, त्यांना ग्रामस्थांचाही तेवढाच उत्स्फूर्त प्रतिसाद लाभतो आहे.

या विकासकामांना मिळाली चालना

- शिवारातील १० विहिरींत पाणीसाठा वाढला
- ३० हजार उपयुक्त वृक्षांचे रोपण आणि जतन
- चतुःसूत्री लागवड पद्धतीतून भात उत्पादनात ३० टक्के वाढ
- महिलांचे दोन बचत गट सक्रिय
- मधमाशीपालन प्रशिक्षणातून १४ युवकांना स्वयंरोजगार
- चार युवतींना शिवणकाम प्रशिक्षण
- आयुर्वेद सेवा संघाच्या मदतीने नियमित आरोग्यसेवा

संपर्क : **विवेक पेंडसे,** समन्वयक, 'इंजिनिअर्स ग्रुप',
वनवासी कल्याण आश्रम, नाशिक, ९८२३१९६८०१
(प्रकाशन दिनांक : ११ जुलै २०१४)

नाला खोलीकरणातून पाणीटंचाईवर मात

पाच वर्षांपूर्वी दुष्काळाच्या झळा सोसलेल्या करजगाव (ता. चाळीसगाव, जि. जळगाव) येथील ग्रामस्थांनी गावाजवळच्या डोंगरपट्ट्यातून उगम पावणाऱ्या नाथ नदीवर ठिकठिकाणी बंधारे बांधले, त्यामुळे पाणी नदीपात्रात थांबले. त्याचबरोबरीने गावातील नाल्यांचे खोलीकरणही करण्यात आले. यामुळे शेतशिवारांतील पाणीपातळी वाढली. आजही दुष्काळी परिस्थितीतही विहिरींतील पाणीपातळी टिकून आहे.

आनन शिंपी

चाळीसगाव शहरापासून १५ किलोमीटर अंतरावर करजगाव आहे. गावाची लोकसंख्या सुमारे ३२००. शेती हाच मुख्य व्यवसाय. या गावातील जवळपास प्रत्येक घरातील कोणी ना कोणी शासकीय सेवेत नोकरीला आहे, त्यामुळे ग्रामस्थांची आर्थिक परिस्थिती बऱ्यापैकी असली तरी ग्रामस्थांचा पाणीप्रश्न मात्र गंभीर होता. सन २००४ ते २००७ या काळात दुष्काळी परिस्थिती होती. ग्रामस्थांना पिण्याच्या पाण्यासाठी विहिरींशिवाय दुसरा स्रोत नव्हता. दुष्काळामुळे विहिरी आटल्यामुळे पाण्याची समस्या अत्यंत बिकट झाली, त्यामुळे ग्रामस्थांना जवळच्या घोडेगाववरून पिण्याचे पाणी आणावे लागत होते. गावातील पाणीटंचाईची दखल घेऊन शासनाने टँकरने पाणीपुरवठा सुरू केला. मात्र, विविध उपाययोजना करूनही गावातील पाणीटंचाई दूर होत नव्हती. या काळात गावातील दोन मुख्य विहिरींनीही तळ गाठला होता. गावाचा पाणीप्रश्न कायमचा सोडवण्यासाठी भूगर्भातील जलसाठा वाढवणे महत्त्वाचे होते. या दृष्टीने ग्रामस्थांनी उपाय शोधण्यास सुरुवात केली.

बंधारा, नाला खोलीकरणामुळे जिरले पाणी

गावाजवळच्या डोंगरातून पावसाळ्यात नाथ नदीला पाणी यायचे; मात्र ते वाहून जात असल्याने या पाण्याचा करजगाववासीयांना पाहिजे तसा फायदाच होत नव्हता. करजगाव पंचायत समितीचे तत्कालीन सदस्य (कै.) शरद साबळे यांनी शासनासह ग्रामस्थांच्या सहकार्याने नाथ नदीचे पाणी नाल्याच्या

जुलै महिन्यापर्यंत पाऊस झाला नसला तरीही विहिरीत असलेला पुरेसा पाणीसाठा.

माध्यमातून गावाकडे वळवले. या पाण्याचा करजगावच नव्हे, तर जवळच्या घोडेगाव, शिंदी ग्रामस्थांनाही फायदा होऊ लागला. गावातील नाल्यामध्ये पाणी आल्यामुळे परिसरातील जलपातळी वाढण्यास मदत झाली. मात्र उन्हाळ्यात पुन्हा पाणीटंचाईचा प्रश्न निर्माण होत होता. त्यामुळे (कै.) शरद साबळे यांनी पुन्हा शासनाकडे पाठपुरावा करून डोंगरपट्ट्यातील नाथ नदीवर ठिकठिकाणी सिमेंटचे बांध बांधले. गावाला पाणीपुरवठा करणारी विहीर राजदेहरे शिवारातील नदीपात्रात होती. बंधाऱ्यामुळे पावसाळ्याचे पाणी नदीमध्ये टिकून राहिल्याने आपोआप विहिरींमध्ये पाण्याचा झिरपा वाढला. यामुळे ग्रामस्थांची पाणीसमस्या काही प्रमाणात कमी झाली. नदीपात्रात ठिकठिकाणी बांधलेल्या सिमेंट बंधाऱ्यांमुळे घोडेगाव शिवारातील विहिरींचीही पाणीपातळी वाढली. यादरम्यान करजगावचा शासनाच्या भारत निर्माण योजनेत समावेश झाला. या योजनेतून २५ हजार लिटर क्षमतेची पाण्याची टाकी व विहिरीपासून स्वतंत्र जलवाहिनी टाकण्यात आली.

जलसंधारणाच्या कामामुळे गावातील दोन्ही मोठ्या विहिरींत पाणी अजूनही टिकून आहे. जेथे एप्रिलपासूनच गावात पाण्याचे टँकर सुरू व्हायचे तेथे सध्याच्या काळात एकही पाऊस झाला नसतानाही विहिरीत पाणीसाठा शिल्लक आहे, त्यामुळे ग्रामस्थांना ग्रामपंचायतीतर्फे एक दिवसाआड पिण्याच्या पाण्याचा पुरवठा सुरू आहे. सध्या गावातील दोन्ही मुख्य विहिरींसह इतर लहान-मोठ्या विहिरींचे पाणी टिकून आहे. येत्या काळात चांगला पाऊस झाला तर भविष्यात पाणीटंचाई उद्‌भवणार नाही, असा विश्वास ग्रामस्थांना आहे.

लोकवर्गणीतून नाला खोलीकरण

१) करजगावचा पाणीप्रश्न कायमचा सोडवण्यासाठी गावातील नाल्यावरील बंधाऱ्यांची दुरुस्ती

नाला खोलीकरणाच्या कामामुळे भूगर्भात पाणी जिरण्यास मदत झाली.

आणि खोलीकरण करणे महत्त्वाचे होते.

२) 'शिरपूर पॅटर्न' राबवणारे सुरेश खानापूरकर यांनी या ठिकाणी भेट दिली असता, नाल्याच्या खोलीकरणाने गावाचा कसा कायापालट होऊ शकतो, हे ग्रामस्थांना पटवून दिले.

३) नाला खोलीकरणासाठी अंदाजे दोन कोटी रुपये निधीची गरज होती. शासनाकडून एवढ्या मोठ्या प्रमाणावर पैसा मिळणे शक्य नव्हते. त्यामुळे ग्रामस्थांनीच पुढाकार घेऊन लोकवर्गणीतून हे काम करण्याचा निर्धार केला. २०१३ मध्ये नाल्याच्या खोलीकरणाचे काम करण्यात आले.

४) गावातील शेतकऱ्यांनी लोकवर्गणीमध्ये तीन हजारांपासून ते अगदी पंचवीस हजारांपर्यंत रक्कम जमा केली. तत्कालीन प्रांताधिकारी गणेश मिसाळ यांनी शासनाकडून या

पाणीप्रश्न सुटला

यापूर्वी आम्ही खूप दुष्काळात दिवस काढले होते. आता मात्र तशी परिस्थिती नाही. ठिकठिकाणी बांधलेले सिमेंट बंधारे व खोलीकरणामुळे आज विहिरींना पाणी टिकून आहे.

कमलबाई दराडे, शेतकरी

बंधाऱ्यांचे महत्त्व पटले

पाण्याचे काय महत्त्व असते, हे आम्ही अनुभवले आहे. बंधाऱ्यांमुळे पाणीसाठा वाढून विहिरी आजही जिवंत आहेत. वाया जाणारे पाणी बंधाऱ्यांच्या माध्यमातून अडले, त्यामुळे बंधाऱ्यांचे महत्त्व ग्रामस्थांना पटले आहे. भविष्यात पुन्हा बंधारे बांधण्यासाठी ग्रामस्थ प्रयत्न करणार आहेत.

सुलोचना तोंडे, माजी सरपंच

सर्व कामांसाठी सात लाख रुपये उपलब्ध करून दिले. लोकवर्गणीतून जमलेले सुमारे आठ लाख आणि शासनाचे सात लाख अशा १५ लाख रुपयांतून सुमारे साडेचार किलोमीटरच्या नाल्याचे खोलीकरण करण्यात आले. याचबरोबरीने नाल्यातील सिमेंट बंधाऱ्यांची दुरुस्ती करण्यात आली. कृषी विभागाने नाल्याच्या खोलीकरणाच्या मोजमापासाठी सहकार्य केले.

५) खोलीकरण, बंधारे दुरुस्तीमुळे नाल्यामध्ये पाणीसाठा मोठ्या प्रमाणात वाढला, भूगर्भातील पाणी पातळीमध्ये चांगली वाढ झाली.

पीकपद्धती बदलली

नाल्यालगतचे शेतकरी पारंपरिक पद्धतीने ज्वारी, बाजरीचे पीक घेत होते. नाल्याचे खोलीकरण आणि बांधलेल्या बंधाऱ्यांमुळे भूगर्भात पाणी मोठ्या प्रमाणात जिरले. यामुळे सध्याच्या काळात या परिसरातील शेतकऱ्यांच्या विहिरींना पाणी आहे. ज्वारी, बाजरीचे पीक घेणारे शेतकरी आता मका, कपाशी; तसेच डाळिंब, मोसंबी, ऊस यासारखी पिके घेत आहेत. बऱ्याच शेतकऱ्यांनी ठिबकवर कपाशी लागवड केली आहे.

खोलीकरणामुळेच कायापालट

पाच वर्षांपूर्वी जमिनीशी एकरूप झालेल्या नाल्याचे पंधरा फुटांपर्यंत खोलीकरण केले आहे, त्यामुळे चांगला पाऊस झाल्यानंतर या नाल्यात पाणी साचते. त्यामुळे करजगावच्या परिसरातील भूजलपातळी वाढण्यास मदत होते. ज्या विहिरी पूर्वी एप्रिल महिन्यातच आटत होत्या, अशा विहिरींना जुलै महिना अर्ध्यावर येऊनही व पाऊस नसतानाही चांगले पाणी टिकून आहे.

संपर्क : **नारायण पाटील,** ९७३०२७२४२४
(प्रकाशन दिनांक : २० जुलै २०१४)

तत्कालीन प्रांताधिकारी गणेश मिसाळ यांच्या मार्गदर्शनाखाली आमच्या गावात बंधाऱ्यांची कामे तर झालीच, शिवाय नाल्याचे खोलीकरणही झाले. त्यामुळेच सध्या पाऊस नसतानाही किमान प्यायला तरी पाणी मिळते. पावसाच्या पाण्यावरच आमची मदार असल्याने भविष्यात शासनाने सिमेंट बंधारे व नाल्यांची खोली वाढवण्यासाठी निधी उपलब्ध करून दिला, तर ग्रामस्थही पुन्हा लोकवर्गणी गोळा करतील. यातून गावात बाराही महिने पाणी उपलब्ध राहील, असे नियोजन आम्ही करू.

नारायण पाटील, माजी अध्यक्ष, पाणीपुरवठा समिती, करजगाव

भगीरथ प्रयत्नांतून ब्रिटिशकालीन कालव्याचे पुनरुज्जीवन

धुळे जिल्ह्यात बेटावद (ता. शिंदखेडा) येथे पांझरा नदीवर ब्रिटिशकालीन बंधारा व त्याचा कालवा अद्याप अस्तित्वात आहे. वर्षानुवर्षे बंद कालव्यास पुनरुज्जीवन देण्यासाठी तेथील ग्रामपंचायतीने यंदा पावसाळ्यापूर्वीच पुढाकार घेतला. त्यात यश आल्यानंतर पांझरा नदीच्या पाण्यावर विहिरींचे पुनर्भरण साधले गेले, त्यामुळे भूजल पातळीत वाढ झाली. त्याचा फायदा शेतकऱ्यांना विविध पीक नियोजनासाठी होऊ लागला आहे.

जितेंद्र पाटील

धुळे जिल्ह्यातील पांझरा नदी पावसाळा नियमित असल्याच्या काळात पूर्वी बारमाही वाहे. नदी काठावरील गावांमध्ये समृद्धी नांदायची. विहिरी तळ गाठायच्या नाहीत. नदीवर बांधलेल्या ब्रिटिशकालीन बंधाऱ्यात अडवलेले पाणी कालव्यातून शिवारात खेळवण्याची व्यवस्था होती. शेतीला व पिण्यासाठी मुबलक पाणी मिळायचे. जिकडे पाहावे तिकडे आंबा, पेरू, बोरांची शेती दिसायची. बागायती शेतीने शेतकऱ्यांच्या जीवनात चैतन्य निर्माण केले होते.

या कालव्यांकडे कालांतराने दुर्लक्ष झाले. अतिपावसाने कालव्यास मध्येच मोठे भगदाड पडले. पाणी शेतशिवारांत पोचण्याऐवजी नदीलाच जाऊन मिळू लागले. कालवा बंद पडला तशी बेटावद परिसराची रयाच गेली. विहिरी कोरड्याठाक पडल्याने बागायती शेती जिरायती झाली. पाण्यासाठी दाहीदिशा भटकण्याची वेळ आली. गतवैभव हरपले. शेतीतील उत्पन्नावर पोट भरण्याचे वांदे

गाळ काढल्यानंतर वर्षानुवर्षे बंद अवस्थेत असलेला कालवा असा खळाळत वाहू लागला.

पांझरा नदीवरील ब्रिटिशकालीन बंधारा 'ओव्हर फ्लो' झाल्यानंतर वाया जाणारे पाणी आता कालव्यातून शेतीशिवारापर्यंत पोचू लागले आहे.

झाले. रोजगाराच्या शोधार्थ तरुणांनी मुंबई, पुणे, नाशिक, सुरत शहरांची वाट धरली.

३५ वर्षे उलटून गेली...

पांझरा नदीवरील अजंदे- बेटावद-भिलाणे हा सुमारे दहा किलोमीटर लांबीचा कालवा दुरुस्तीअभावी तब्बल ३५ वर्षे भग्नावस्थेत पडून राहिला. त्यात झाडे-झुडपे वाढली. बऱ्याच ठिकाणी आजूबाजूची माती आतमध्ये येऊन पडली. कालव्याची समपातळी नाहीशी झाली. कालवा दुरुस्त झाला पाहिजे असे प्रत्येकाला वाटे. मात्र पुढाकार कोणीच घेत नव्हते. दरम्यान २००३ मध्ये तत्कालीन ग्रामसेवक व बेटावदचे मूळ रहिवासी रवींद्र पाटील यांनी कालव्यास पुनरुज्जीवन देण्यासाठी शासनाकडे पाठपुरावा केला. त्यास यश आल्यानंतर बेटावद ग्रामपंचायतीने धुळ्याचे तत्कालीन जिल्हाधिकारी दिलीप बंड, वरिष्ठ भूवैज्ञानिक सुरेश खानापूरकर यांच्या मार्गदर्शनाखाली कालवा दुरुस्तीचे काम हाती घेतले. मात्र मोजून तीनच आठवडेच पांझरा नदीचे पाणी कालव्याद्वारा बेटावदच्या शिवारात पोचले. पाणी अद्याप शिवारात खेळलेदेखील नव्हते. दरम्यान, ग्रामसेवक पाटील यांची दुसरीकडे बदली झाली. कालवा दुरुस्तीचा विषय मागे पडला.

पांझरेच्या कालव्याचे पाणी जुन्या विहिरींमध्ये सोडल्याने पुनर्भरणास चालना मिळाली.

ग्रामनिधीतून कालवा दुरुस्ती

पावसाळ्यात दुथडी भरून वाहणाऱ्या परंतु नंतरच्या काळात कोरड्याठाक पडणाऱ्या पांझरा नदीचा काहीएक उपयोग बेटावद ग्रामस्थांना होत नव्हता. उन्हाळ्याच्या दिवसात तीन आठवड्यांनी एकदाच नळांना पाणी येत असे. अखेर एक कोटी ४२ लाख रुपये खर्चून राष्ट्रीय पेयजल योजना राबविण्यात आली. सात किलोमीटरवरील तापी नदीचे पाणी गावात आले. तीन दिवसांआड पाणी मिळू लागले. मात्र बेटावद ग्रामपंचायतीत पुन्हा रुजू झालेले तत्कालीन ग्रामसेवक पाटील यांनी मात्र पांझरा नदीवरील कालवा दुरुस्त करण्याचा निर्धार केला. जिल्हा परिषदेचे मुख्य कार्यकारी अधिकारी अनिल लांडगे यांनी त्यासाठी प्रोत्साहन दिले. सरपंच, ग्रामपंचायत सदस्यांच्या सहकार्यातून फेब्रुवारी २०१४ मध्ये घरपट्टी वसुलीतून ग्रामनिधी उभारण्यात आला. त्यातून जेसीबी व पोकलेन यंत्रांच्या साह्याने कालव्यातील गाळ काढण्यात आला. भगदाड पडलेल्या कालव्याजवळ संरक्षण भिंतीचे पक्के काम करण्यात आले.

कालवा दुरुस्तीकामामुळे बेटावद गावास पाणीपुरवठा करणाऱ्या विहिरींच्या पातळीत वाढ झाली आहे. ग्रामस्थांना दररोज पाणी मिळत आहे. ही स्थिती कदाचित उन्हाळ्यातही कायम राहील. तापी नदीवरील योजनेच्या पाण्याची गरज भासणार नाही. ही सर्व किमया पुनर्भरणामुळेच शक्य झाली.

कविता महिरराव,
सरपंच, बेटावद

पांझरा नदीवरील कालवा प्रवाहित झाल्यामुळे अजंदे परिसरातील १० ते १२ विहिरी, ट्यूबवेलच्या पाणीपातळीत वाढ झाली आहे. काही विहिरी कायमस्वरूपी बंद होत्या, तर काही पावसाळा संपल्यावर तळ गाठायच्या. आता जलस्रोतांचे बळकटीकरण झाल्याने शेतकऱ्यांना गहू, हरभरा, फरदड कपाशी घेणे शक्य होणार आहे.

जीवन परदेशी, अजंदे,
ता. शिंदखेडा

एकाच ठिकाणी वारंवार फुटणाऱ्या कालव्याचे ग्रामनिधीतून संरक्षण भिंत बांधून मजबुतीकरण करण्यात आले.

जुन्या विहिरींचे पुनर्भरण

अक्कलपाडा धरणातून २१ जूनला पहिल्यांदा पांझरा नदीत पाणी सोडण्यात आले. ते पाणी दुरुस्ती झालेल्या कालव्यातून गुरुत्वाकर्षणाद्वारा खळाळत वाहू लागले. चाचणी यशस्वी झाल्यानंतर कालव्याचे ३० टक्के पाणी २० विहिरींमध्ये पुनर्भरणाच्या उद्देशाने उतरविण्याचे ठरवले. उर्वरित ७० टक्के पाणी रस्त्यालगत खोदलेल्या नाल्यांमध्ये उतरविण्यात आले. जेणेकरून पुनर्भरणाला चालना मिळाली. आटलेल्या विहिरींच्या पातळीत ५ ते २० फुटांपर्यंत वाढ झाल्याचे निदर्शनास आले. बेटावद व्यतिरिक्त अजंदे, भिलाणे, वारुळ, पढावद आदी गावांना पुनर्भरणाचा अप्रत्यक्ष लाभ झाला. या उपक्रमामुळे बेटावद परिसराला गतवैभव प्राप्त होणार आहे.

संपर्क : **सदाशिव माळी,** ग्रामसेवक, ९९२२२५६१३३,
रवींद्र पाटील, ग्रामसेवक, ९१५८३३५४४२
(प्रकाशन दिनांक : २ ऑक्टोबर २०१४)

बंद कालवा प्रवाहित झाल्यापासून आमच्या ऐंशी फूट खोल विहिरीचे पाणी वाढले आहे. यापुढे केळी, मका, कपाशी, गहू आदी पिके घेणे शक्य होणार आहे.

याकूब बागवान,
बेटावद

६५ फूट खोल विहीर उन्हाळ्यात जेमतेम तीन तास पाण्याचा उपसा करायची, त्यामुळे खोदकामही केले होते. मात्र पुनर्भरणामुळे विहिरीला आता २० फुटांवर पाणी आहे. यंदा फरदड कपाशी, मका घेणार आहे.

सदाशिव माळी,
बेटावद

विदर्भ

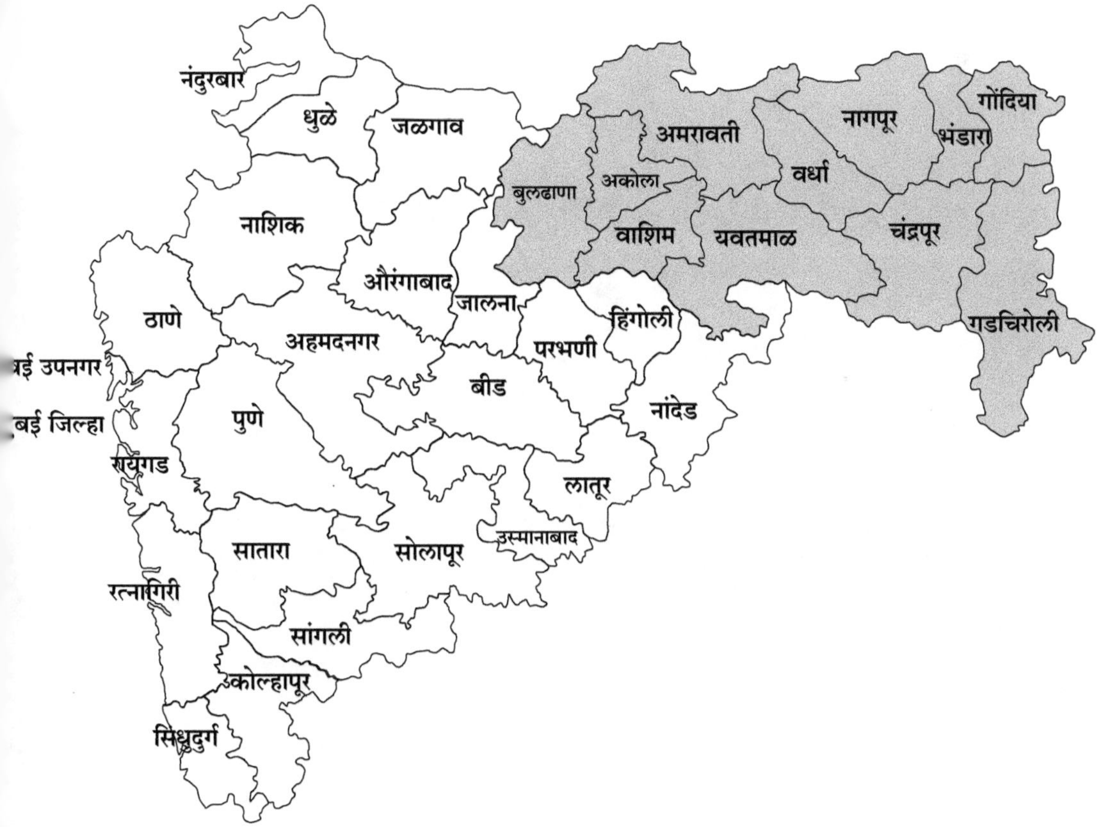
नंदुरबार
धुळे
जळगाव
नाशिक
औरंगाबाद
जालना
ठाणे
अहमदनगर
बुलढाणा
अकोला
अमरावती
वर्धा
नागपूर
भंडारा
गोंदिया
वाशिम
यवतमाळ
चंद्रपूर
गडचिरोली
हिंगोली
परभणी
बीड
नांदेड
पुणे
रायगड
लातूर
उस्मानाबाद
सातारा
सोलापूर
रत्नागिरी
सांगली
कोल्हापूर
सिंधुदुर्ग

पाण्याच्या समृद्धीकडे वाळकी-दोडकीची वाटचाल

कधी काळी दुष्काळाच्या झळा सोसणाऱ्या वाशीम जिल्ह्यातील वाळकी-दोडकी या एकमेकांना जवळपास लागून असलेल्या गावांनी पाण्याची श्रीमंती जपणाऱ्या गावांच्या यादीत समावेश होण्यासाठी धडपड चालवली आहे. त्याकरिता सामूहिक प्रयत्नांतून गावात जल व मृद संधारणाच्या कामांना गती आली असून, शासकीय व अशासकीय संस्थांचेही या कार्यात योगदान ग्रामस्थांना मिळत आहे.

विनोद इंगोले

टँकरयुक्त ते टँक्टरमुक्त गावाकडे वाटचाल

वाशीम जिल्ह्यात वाळकी ग्रामपंचायतींमध्ये वाळकी, दोडकी व गिव्हा या तीन गावांचा समावेश होतो. पाण्याचा निव्वळ उपसा होणाऱ्या या गावांनी जलपुनर्भरणाकडे म्हणावे तसे लक्ष दिलेले नव्हते. त्याचे परिणाम आजची पिढी जलसंकटाच्या माध्यमातून भोगत आहे. ग्रामपंचायतींमध्ये १९०० लोकसंख्येचा अंतर्भाव होतो. पाण्याचे मर्यादित स्त्रोत उन्हाळ्यात कोरडे पडत असल्याने या तीनही गावांची तहान भागवण्यासाठी टँकरची मदत घ्यावी लागते. दोडकी गावात महिनाभर टँकर सुरू राहतो, तर वाळकी गावात विहीर अधिग्रहण केली जाते. गावलगतच्या नदी-नाल्याच्या रुंदीकरणाची चळवळ राबवत या गावाने आज टँकरमुक्तीकडे वाटचाल केली आहे.

लोकसहभागातून साधले उद्दिष्ट

वाळकी-दोडकी या गावांमध्ये फारसे अंतर नाही. गावांतील यापूर्वीची परिस्थिती सांगायची तर गावालगतच्या नाल्याची सांडपाणी वाहून नेणाऱ्या नालीगत अवस्था झाली होती. शेतातील माती नाल्यात साचल्याने त्याचे आकारमान कमी झाले होते, त्यामुळे पावसाळ्याच्या दिवसांत पावसाचे अतिरिक्त पाणी थेट लगतच्या शेतांत येऊन पिकाचे नुकसान होत होते. या समस्येचे निदान नाला खोलीकरणाच्या

नाल्याचे अस्तित्वच अशा प्रकारे धोक्यात आले होते.

माध्यमातून शोधण्यात आले. सुमारे ६५ हजार रुपयांचा निधी लोकवर्गणीच्या माध्यमातून उभा करण्यात आला. नाल्यातील गाळ स्वयंस्फूर्तीने शेतकऱ्यांनी नेत आपल्या शेतात वापरत शेताची सुपीकता वाढवण्याकडे लक्ष दिले. नवाजबाई रतन टाटा ट्रस्टकडून ८० टक्के खर्चाचा भार उचलण्यात आला. आर्थिक स्वरूपात मदत न करता शेतकऱ्यांना अपेक्षित खोलीकरण व रुंदीकरणाचे काम करून देण्यात आले. २५० मीटर लांब, १५ मीटर रुंद व साडेतीन मीटर खोलीचे काम यातून झाले. परिसरातील विहिरी व इतर जलस्रोतांच्या जलसाठावाढीस यामुळे हातभार लागणार आहे.

गावनदीचेही रुंदीकरण

गिव्हा ते वाळकी जहांगीर या दरम्यान वाहणाऱ्या नदीचे पात्रही संकुचित झाले होते. या नदीपात्राचे खोलीकरण व रुंदीकरण लोकसहभागातून करण्यात आले. या कामात कृषी समृद्धी समन्वयीत कृषी विकास प्रकल्पाची मदत झाली. ५० टक्के लोकवर्गणी व ५० टक्के प्रकल्पातून निधीची तरतूद करण्यात आली. २५ मीटर रुंद, १२० मीटर लांब व दोन मीटर खोल अशा प्रकारचे काम यातून झाले. गाळ उपसणे व शेतापर्यंत वाहतूक यासाठी शेतकरी सहभागातून ४५ हजार रुपयांचा निधी उपलब्ध करण्यात आला.

शोषखड्ड्यांतून चालना

पाण्याचे दुर्भिक्ष असलेल्या वाळकी-दोडकी गावांत जलसंधारणविषयक जाणीव जागृतीचे प्रयत्न होत आहेत. येथील सामाजिक कार्यकर्ते सुभाष नानवटे, तसेच स्वयंशिक्षण प्रयोग या अशासकीय संस्थेने त्यासाठी पुढाकार घेतला. गावात गेल्या वर्षी ५२, तर या वर्षी सुमारे ५१ शोषखड्डे घेण्यात आले. पाणी धरून ठेवणाऱ्या जमिनीत पाण्याचा निचरा होण्यास यामुळे मदत होते. संरक्षित सिंचनासाठी लागणाऱ्या

शेताच्या बांधावर अशा प्रकारे 'एल' आकाराचे बांध घेण्यात आले. त्या माध्यमातून जल व मृद संधारण शक्य होते.

पाण्याची सोयदेखील त्या माध्यमातून होते. त्यासोबतच जमिनीत पाणी मुरवण्याच्या माध्यमातून भूगर्भातील जलस्त्रोत बळकटीकरणासही यामुळे मदत होते. शोषखड्डे खोदताना निघणाऱ्या मातीचा उपयोग करत 'एल' टाइप बांध शेतात घेतला जातो, त्यामुळे पावसाळ्यात होणारी मातीची धूप रोखण्यास मदत होते. अशा प्रकारचे फायदे या शोषखड्ड्यांच्या माध्यमातून दिसत असल्याने शोषखड्डे करण्याकडे शेतकऱ्यांचा वाढता कल आहे. शोषखड्डा दहा फूट खोल व २२ फूट रुंद खोदण्यात येत असल्याने त्याचा आकार वाढवत पुढे विहिरीसारखा त्याचा उपयोग होऊ शकतो. गावात चार शेतकऱ्यांनी अशा प्रकारचा प्रयोग केला आहे. शोषखड्डा २५०० रुपये रोख व श्रमदान असा २० टक्के लोकवाटा त्यासाठी आवश्यक राहतो. उर्वरित निधीची तरतूद स्वयंशिक्षण प्रयोग संस्था व नवाजबाई रतन टाटा ट्रस्टकडून होते. संस्थेच्या माती, पाणीसंवर्धन प्रकल्पातून हा उपक्रम राबविला जातो. त्यातूनच शोषखड्ड्याच्या जोडीला तुषारसंचाचा पुरवठा संस्थेने केला आहे. तीन गावांमध्ये सुमारे ७२ संच अनुदानावर पुरवण्यात आले आहेत. १७ हजार रुपये लोकहिश्शाची अट तुषार संचासाठी आहे.

गाव विकास समितीचे नियंत्रण

नदीचे खोलीकरण व रुंदीकरणाच्या कामात गाव विकास समितीचे नियंत्रण होते. या समितीमध्ये अध्यक्ष रमेश देवरे, सचिव अर्चना बिलारी व अन्य दहा सदस्यांचा समावेश आहे. लोकांमध्ये जाणीवजागृती त्यासोबतच लोकवर्गणी गोळा करून हिशेब ठेवण्याचे काम ही समिती करते.

लोकसहभागातून गावतलाव

१५x४० मीटर आकाराचा व तीन मीटर खोल असा गावतलाव घेण्यात आला. याकरिता कोणत्याही

गावालगत वाहणाऱ्या नाल्याचेही खोलीकरण व रुंदीकरण करण्यात आले.

शासकीय वा अशासकीय संस्थेची मदत ग्रामस्थांनी घेतली नाही. शंभर टक्के लोकवर्गणीतून हे काम झाले. स्वयंशिक्षण प्रयोग ही संस्था पुढे या गावतलावाच्या विस्तारीकरणाला हातभार लावणार आहे.

'ॲग्रोवन'ने वाढविला उत्साह

सन २०११-१२ या वर्षात ९० टक्के लोकवाटा व १० टक्के शासननिधीतून ग्रामस्थांनी नाल्यातील गाळाचा उपसा करीत त्याचे विस्तारीकरण केले. त्याचे दृश्य परिणाम अल्पावधीतच भूगर्भातील जलसाठेवाढीच्या माध्यमातून अनुभवता आले. त्या विषयी 'ॲग्रोवन'मधून यशोगाथा प्रकाशित झाल्यानंतर या गावाचे राज्यस्तरावर कौतुक झाले. त्यानंतर ग्रामस्थांना जलसाक्षर करीत पाण्याच्या समृद्धीकडे वाटचाल केलेले गाव अशी ओळख निर्माण करण्यासाठी ग्रामस्थ सरसावले. निश्चितच त्यांचा हा प्रयत्न अंधारातून प्रकाशाकडे नेणारा आहे.

संपर्क : **सुभाष नानवटे,** सामाजिक कार्यकर्ता, ९३२५८७५९९९
संतोष ढवळे, उपसरपंच, गटग्रामपंचायत वाळकी, ९७६५७३१५७७
(प्रकाशन दिनांक : १ जुलै २०१४)

बोदडने पुसला 'अवर्षणग्रस्त'चा शिक्का

नाला खोलीकरण, रुंदीकरण, तसेच त्यावर बंधारा, अशी जलसंधारणाची छोटी कामे मोठ्या परिवर्तनाचे निमित्त कशी ठरतात, याचा आदर्श बोदड (जि. वर्धा) या गावाने घालून दिला आहे. आतापर्यंत अवर्षणग्रस्त अशी ओळख असलेल्या या गावाने लोकसहभाग आणि स्वयंसेवी संस्थेच्या माध्यमातून जलसंवर्धनाच्या कामांना प्राधान्य देत पाणीटंचाईमुक्तीकडे वाटचाल केली.

विनोद इंगोले

राज्यातील इतर गावांप्रमाणे वर्धा जिल्ह्यामधील आर्वी तालुक्यातील बोदड गावामध्येही पाण्याचा अनियंत्रित उपसाच होत होता. त्या तुलनेत जलपुनर्भरणाच्या उपाययोजनांकडे मात्र गावकऱ्यांनी दुर्लक्ष केले. परिणामी, एक हजार लोकवस्तीच्या या गावाला उन्हाळ्यासोबतच पावसाळ्यातही पाणीटंचाईला सामोरे जावे लागत होते. गावाची पाणीसमस्या सोडविण्याची भिस्त गावापासून काही अंतरावर असलेल्या एका शेतकऱ्याच्या शेतातील विहिरीवर होती. दर वर्षी ग्रामपंचायत या शेतकऱ्याची विहीर अधिग्रहित करायची. पावसाळा लांबल्यास या विहिरीचा अधिग्रहण कालावधीदेखील वाढवला जायचा. गेल्या अनेक वर्षांपासून या चक्रात बोदड ग्रामस्थ अडकले होते. खरे म्हणजे पूर्वी हे गाव पाण्याने समृद्ध होते; परंतु जलसंधारणाकडे दुर्लक्ष झाल्याने हळूहळू परिस्थिती बदलली. अवर्षणग्रस्त गावांच्या यादीमध्ये बोदडचाही समावेश झाला होता.

लोकसहभागातून केले नाल्याचे पुनरुज्जीवन

गावालगत वाहणाऱ्या नाल्याचे खोलीकरण आणि रुंदीकरण आजपर्यंत कधीच झाले नव्हते. गाळ साचल्याने हा नाला आपले अस्तित्वच हरवून बसला होता. नाल्यात पावसाचे पाणी साचल्यानंतर त्याचा नाल्याच्या काठावर असलेल्या विहिरींच्या पुनर्भरणास हातभार लागेल, असा विश्वास गावकऱ्यांना होता. त्यामुळेच एक हजार लोकवस्तीच्या या गावाला पाणीपुरवठा करण्याकरिता असलेल्या योजनेची

पाण्याचा योग्य वापर होण्यासाठी शेतकरी तुषारसिंचनाचा वापर करतात.

विहीर नाल्यापासून काही अंतरावर घेण्यात आली; परंतु नाल्यात पाणी साठत नसल्याने ग्रामपंचायतीचा नाल्याकाठी विहीर घेण्याचा हेतू मात्र साध्य झाला नाही. दरम्यान, याच कालावधीत अवर्षणग्रस्त व पाणीटंचाईचा सामना करणाऱ्या गावांमध्ये जलसंधारणाच्या कामाची हाक उद्योगपती राहुल बजाज यांचे मार्गदर्शन असलेल्या जानकीदेवी बजाज ग्रामविकास संस्थेकडून देण्यात आली. गावकऱ्यांच्या कानावर ही बातमी आली आणि गाव जागे झाले.

लोकवर्गणीतून झाले काम

१) जानकीदेवी बजाज ग्रामविकास संस्थेने सामाजिक जाणिवेतून पाणलोटाच्या कामाला प्राधान्य देण्याचा निर्णय घेतला होता. जलसंधारणाचे महत्त्व प्रत्येकाला पटावे, असा हेतूही त्यामागे होता. बोदड ग्रामस्थांनीदेखील आपल्या गावात जलसंधारणाची कामे होण्याचा प्रस्ताव संस्थेकडे दिला. संस्थेचे समन्वयक विनेश काकडे यांनी गावाला भेट देऊन जलसंधारणाची कोणती कामे करता येतील, याचा आढावा घेतला. जलपुनर्भरणाच्या विविध उपचार पद्धतींची माहिती ग्रामस्थांना समजावून दिली.

२) संस्थेने गावातील पाणीप्रश्न सोडवण्यासाठी ग्रामस्थांच्या सक्रिय सहभागाचे आवाहन केले. या आवाहनाला बोदडवासीयांचाही सक्रिय प्रतिसाद मिळाला. पहिल्या टप्प्यात गावालगत वाहणाऱ्या नाल्याचे खोलीकरण व रुंदीकरणाचे काम करण्याचे ग्रामस्थांनी ठरवले.

३) हजार लोकवस्तीच्या या गावातून केवळ ३५ हजार रुपयांची लोकवर्गणी या कामाकरिता लागणार होती. अल्पावधीतच या निधीची तरतूद झाल्यानंतर ट्रॅक्टर आणि जेसीबीच्या मदतीने प्रत्यक्ष कामास सुरुवात झाली. साडेतीन लाख रुपयांच्या निधीची तरतूद संस्थेने या कामाकरिता केली. त्यातून दहा फूट खोल आणि ६०० मीटर लांब नाला रुंदीकरण आणि खोलीकरण झाले. या कामासाठी गावातील पाणीपुरवठा आणि स्वच्छता समितीची मदत झाली. सन

२११२ मध्ये नाला रुंदीकरण आणि खोलीकरणाचे काम पूर्ण झाले.

गावाने अनुभवले परिवर्तन

१) रुंदीकरण व खोलीकरण झालेल्या नाल्यावर यापूर्वीच एक बंधारा आहे, त्यामुळे पाणी अडून ते जमिनीत जिरू लागले. या परिसरात नाला सखल भागात, तर शेतजमिनी उंच भागात आहेत. त्यामुळे नाल्यापासून काही अंतरावरील शेतकऱ्यांनाच या नाल्यातील पाणी पिकासाठी वापरता येत होते. मात्र परिसरातील अनेक विहिरींच्या पुनर्भरणाला नाल्यातील पाण्यामुळे मदत झाली.

२) गावशिवारात ७५ पेक्षा अधिक विहिरी आहेत. त्या विहिरींतील पाण्याच्या बळावर शेतकऱ्यांनी विविध पिकांच्या लागवडीस सुरुवात केली. या गावात कपाशी, तूर, सोयाबीन पिकांची लागवड शेतकरी करतात. शाश्वत पाण्याची सोय झाल्याने शेतकरी सुधारित

जानकीदेवी बजाज ग्रामविकास संस्थेचा ९० टक्के संस्था निधी व दहा टक्के लोकवर्गणी या माध्यमातून नाल्याचे खोलीकरण व रुंदीकरण करण्यात आले. परिणामी, गावाचा पाणीप्रश्न निकाली निघाला. नाल्यामध्ये पाणी साचून जमिनीत जिरत असल्याने परिसरातील विहिरींची पाणीपातळी वाढली. नाल्याला पाणी आल्यानंतर काही तासांतच गावाच्या पाणीपुरवठा योजनेची विहीर तुडुंब भरते.

रत्नाकर काळे, सरपंच, बोदड

बोदड आणि कोहळ या दोन शेजारी गावांना पाणीटंचाईच्या झळा बसत होत्या. विहिरीचे अधिग्रहण करूनही या दोन्ही गावांतील ग्रामस्थांची तहान भागवणे शक्य होत नव्हते. नाला खोलीकरण व रुंदीकरणाच्या कामानंतर या वर्षी चित्र पालटले आहे.

विक्रम लोहे, ग्रामसेवक, बोदड

बोदड येथून उगम पावणारा नाला तीन किलोमीटर अंतरावरील रोहणा गावापर्यंत आहे. नाल्यात वर्षानुवर्षे गाळ साचल्याने गावाला पावसाळ्यात पुराचा धोका होता. खोलीकरण व रुंदीकरणानंतर ही समस्या सुटली. गावाचे पुराच्या पाण्यापासून संरक्षण झाले. त्यासोबतच पाणीपुरवठा योजनेची विहीर व इतर जलस्रोतांच्या बळकटीकरणासही हातभार लागला. गावात वृक्ष लागवड व संवर्धनाचे काम हाती घेण्यात आले आहे.

अशोक कालोकार, ग्रामस्थ, बोदड

लोकसहभाग व स्वयंसेवी संस्थेच्या निधीतून नाल्याचे खोलीकरण, रुंदीकरण करण्यात आले.

खोलीकरण व रुंदीकरणानंतर नाल्यात साठलेले पाणी.

पद्धतीने पीक व्यवस्थापनाकडे वळले. शेतकऱ्यांनी पाणीबचतीसाठी ठिबक सिंचन आणि तुषार सिंचनाच्या वापरास सुरुवात केली आहे. काही शेतकऱ्यांनी संत्रा, मोसंबी लागवड केली आहे. काही शेतकरी पशुपालनाकडे वळले आहेत. शेतकऱ्यांचे गटही गावात तयार झाले आहेत.

३) शेतीच्या बरोबरीने ग्रामस्थांना घरोघरी पुरेसे पिण्याचे पाणी मिळू लागले आहे. पूर्वी आठ दिवसांनी पाणीपुरवठा होत होता. आता दररोज पाणी मिळण्यास सुरुवात झाली आहे.

परिसरातील गावेही आली पुढे

१) बोदडसह वर्धा जिल्ह्यातील गणेशपूर, साखरदरा, लोणी, टाकळी चना, चिंचाळा, सोनेगाव स्टेशन, आचगाव, दिवापूर, भोजनखेडा, तरोडा, रसुलाबाद, गारपीट, डवलापूर, कोसूरला, खातखेडा, नागठाणा या गावांमध्येही लोकसहभाग व जानकीदेवी बजाज ग्रामविकास संस्थेच्या पुढाकारातून जलसंधारणाची कामे पूर्ण झाली आहेत. जलसंधारणाची ही कामे छोटी असली तरी त्यातून घडणारे परिवर्तन निश्चितच मोठे आहे.

२) विदर्भात सिंचनसुविधांचा अभाव असला तरी पावसाळ्यात हमखास पडणारे पाणी जमेची बाजू आहे. मात्र हवामान बदलांमुळे विदर्भही आता अवर्षणाच्या उंबरठ्यावर येऊन पोचला आहे. त्यामुळेच जलसंधारणाच्या छोट्या छोट्या कामांसाठी आताच पुढाकार घेतला तरच परिस्थिती बदलेल, असे जलतज्ज्ञ सांगतात.

संपर्क : **विनेश काकडे,** समन्वयक, ९८५०४८५६५३,
जानकीदेवी बजाज ग्रामविकास संस्था, वर्धा.
(प्रकाशन दिनांक : १३ जुलै २०१४)

गांगनेरवासीयांनी केली जलसंकटावर मात

इच्छाशक्तीच्या बळावर असाध्यही साध्य करता येते. कायम दुष्काळाच्या झळ सोसणाऱ्या गांगनेर (ता. मौदा, जि. नागपूर) गावाने हाच विश्वास आपल्या कामातून निर्माण केला आहे. सामूहिक प्रयत्नांतून येथील गावकऱ्यांनी जलसंकटावर मात केली आहे.

विनोद इंगोले

नागपूर जिल्ह्यातील हिवरा (गांगनेर) गटग्रामपंचायतीत समाविष्ट असणाऱ्या गांगनेरची लोकसंख्या दीड हजाराच्या आसपास. गावाला पाणीपुरवठा करण्याकरिता कन्हान नदीच्या खोऱ्यात असलेल्या नाल्याच्या काठावर विहीर खोदण्यात आली आहे. त्यातील पाण्याचा उपसा करत ते पाणी गावात उभारण्यात आलेल्या टाकीत पोचवले जाते. तेथून गावाला नळाद्वारे पाणीपुरवठा होतो. पावसाळ्याचे काही दिवस परिस्थिती चांगली राहत असली, तरी त्यानंतरच्या कालावधीत जलस्त्रोत कोरडे पडत असल्याने ग्रामस्थांवर पाण्यासाठी भटकंतीची वेळ येत होती. वर्षानुवर्षे अशीच स्थिती या भागात कायम असताना या जोखडातून ग्रामस्थांची सुटका व्हावी यासाठी सामाजिक कार्यकर्ते संजय सत्येकार यांनी पुढाकार घेतला.

ग्रामसभेत झाले कामावर शिक्कामोर्तब

२६ जानेवारी, २०१३ रोजी गावच्या आमसभेत सत्येकार यांनी याविषयीचा मुद्दा उपस्थित केला. तत्कालीन सरपंच मंगला वासनिक यांनी गावातील पाणीसंकट सोडविण्यासाठीच्या या मुद्द्याला अनुमोदन दिले. जिल्हा परिषद, पंचायत समिती स्तरावर पाणी समस्या सोडवण्यासाठी पाठपुरावा करण्यात आला; परंतु प्रशासकीय स्तरावरून अपेक्षित प्रतिसाद मिळत नसल्याचे पाहून देणगीदारांच्या माध्यमातून हे काम तडीस नेण्याचा निर्धार करण्यात आला. तशा व्यक्तींची शोधाशोध सुरू झाली.

गांगनेर शिवारातील शेतकऱ्यांना भाजीपाला पिकांसाठी संरक्षित सिंचनाची सोय झाली आहे.

'इच्छा तेथे मार्ग' या धर्तीवर आपले योगदान देण्यासाठी अनेकांनी तयारी दर्शवली. सुमारे ६५ हजार रुपये लोकवर्गणीदेखील अल्पावधीत गोळा झाली.

विरोध मावळला

नाला रुंदी-खोलीकरणाचे काम करणे आवश्यक होते, त्यामुळे होणाऱ्या फायद्याची जाणीव ग्रामस्थांना करून देण्यात आली. त्यानंतरही काहींनी या कामाला विरोधाची भूमिका ठेवली. नाल्याच्या काठावर भगवान मेश्राम यांची शेती आहे. खोलीकरण व रुंदीकरणामुळे शेतीचा भाग नाल्यात धसेल आणि नुकसान होईल, असे त्यांना वाटत होते; परंतु जलपुनर्भरणामुळे नुकसान होण्याऐवजी शेतीची उत्पादकता वाढण्यासच मदत होईल, असे त्यांना पटवून देण्यात आले. त्यांचा विरोध मावळला. काम पूर्ण झाल्यानंतर नाल्यात साठलेल्या पाण्याचा उपयोग त्यांनी उन्हाळ्यात पीक घेण्यासाठी केला. नाला रुंदी-खोली विस्तारीकरणानंतर त्यातील पाण्याचा उपयोग करून घेणारे ते परिसरातील पहिलेच शेतकरी ठरले. त्यांच्यानंतर अनेकांनी थेट नाल्यातून पाण्याचा उपसा करणे सुरू केले.

आणि कामाला सुरुवात झाली

लोकवर्गणी तसेच देणगीदारांनी खड्डे खोदाई, टिपर, ट्रक आदींची सोय केल्यानंतर प्रत्यक्ष कामास सुरुवात झाली. गावातील शेकडो हात या कामात राबू लागल्याने कामाने आता लोकचळवळीचे रूप घेतले. १२ फूट खोल व १०२ फूट रुंद असे नाला विस्तारीकरणाचे काम त्यातून झाले. नदीतून निघालेल्या गाळाचा वापर करीत पांदण रस्त्याची दुरुस्ती करण्यात आली. काही गाळ शेतकऱ्यांच्या शेतात नेऊन टाकण्यात आला. त्याद्वारे जमिनीची सुपीकता वाढवण्याचा प्रयोगही या भागात पहिल्यांदाच झाला. नाला रुंदी-खोलीकरण झालेल्या परिसरात पाण्याचा संचय झाल्याने शेतकऱ्यांत समाधान पसरले आहे.

गांगनेरच्या विहिरी भरल्या तुडुंब

कन्हान खोऱ्यातील गावालगतच्या नाल्यात पाणी तर साठले, परिणामी गावाला पाणीपुरवठा करणाऱ्या विहिरींसोबतच अनेक शेतकऱ्यांच्या शेतातील विहिरींची पातळीही वाढली. शेतातील विहिरींतून अवघा दहा फुटांचा दोर बांधत पाणी उपसा करणे शक्य झाले. पावसाळ्यातदेखील असा प्रकार घडेल, अशी कल्पना होत नसताना भर उन्हाळ्यात जणू हा चमत्कार घडल्याचे पाहून अनेकांना आश्चर्य वाटले.

पीक उत्पादनवाढीस चालना

सोयाबीन, भाजीपाला, भात यासारखी पीकपद्धती या भागात आहे. या पिकांच्या पोषक वाढीला पाणी उपलब्ध झाले. नागपूरपासून अवघ्या काही किलोमीटरवर

कन्हान नदीच्या खोऱ्यात गाव असतानाही उन्हाळ्यात गावात पाणीसंकट गडद होत होते. गावात ५० हजार लिटर क्षमतेचे जलकुंभ उभारण्यात आले; परंतु उन्हाळ्यात पाणी कपात किंवा विहीर अधिग्रहणासारख्या पर्यायांचा विचार करावा लागे. नाला रुंदी–खोलीकरणामुळे उन्हाळ्यातही नाल्याच्या पात्रात पाणी साठून राहिले. त्याचा उपयोग शेतीसाठी होत आहे.

संजय सौंसरे, उपसरपंच, गांगनेर

'दर वर्षी दिवाळीपासून गावाला पाणीटंचाईचे चटके बसायचे. जलस्रोत असलेल्या ठिकाणावरून पाणी आणण्याचे काम घरातील महिलांनाच करावे लागते, त्यामुळे पाणीटंचाईची सर्वाधिक झळ महिलांनाच बसत होती. गेल्या वर्षापासून समस्येचे निदान शोधता आल्याने या महिलांनी सुटकेचा नि:श्वास सोडला आहे.

श्वेता सहारे, ग्रामस्थ, गांगनेर

जलसंधारणाच्या कामांमुळे शेतकऱ्यांच्या शेतातील विहिरींच्या पाणीपातळीत वाढ झाली आहे.

हे गाव असल्याने या भागात भाजीपालाही घेतला जातो. आता पिकांची उत्पादकता एक ते दोन क्विंटलने वाढण्यास चालना मिळणार आहे.

'ॲग्रोवन'ने दिली प्रेरणा

हिवरेबाजारसह अन्य गावांनी घडवलेल्या यशोगाथा 'ॲग्रोवन'मधून सातत्याने प्रकाशित होतात. त्यापासूनच आपणास प्रेरणा मिळाल्याचे सत्येकार यांनी सांगितले. लोकसहभागातून समस्या सोडवणाऱ्या गावांपासून इतरांनाही ऊर्जा मिळावी यासाठी अनेक गावांमध्ये 'ॲग्रोवन' पोहोचवण्यावर त्यांनी भर दिला आहे, त्यासोबतच अनेक व्यासपीठांवर ते 'ॲग्रोवन' वाचनाचा आग्रहदेखील धरतात.

कन्हान नदीच्या खोऱ्यात असलेल्या गांगनेरने काळाची पावले ओळखत लोकशक्तीच्या बळावर पाणीसंकटावर मात केली. मात्र याच गावापासून काही अंतरावर असलेल्या अनेक गावांतही अशी सुधारणा होणे गरजेचे असल्याचे सत्यकार म्हणाले.

संपर्क : **संजय सत्येकार,** ९२७००८६३९६

(प्रकाशन दिनांक : १७ जुलै २०१४)

जलसंधारणातून वीस गावे निघाली समृद्धीकडे

वर्धा जिल्ह्यात सुमारे २० गावांमध्ये जलसंधारणाची, तर दहा गावांमध्ये एकात्मिक ग्राम संकल्पनेला पूरक विकासकामे लोकसहभागातून करण्यात आली असून, पिण्याच्या पाण्यासह सिंचनाची समस्या कमी होण्यास मदत झाली आहे. 'गाव करी ते राव काय करी' ही म्हण सार्थ करत जलस्वयंपूर्ण होणाऱ्या वर्धा जिल्ह्यातील २० गावांची ही यशकथा.

विनोद इंगोले

विदर्भामध्ये उन्हाळ्यात पाणीटंचाई ही बाब काही नवीन नाही. दर वर्षी पिण्याच्या पाण्यासाठी वणवण करणारी वर्धा जिल्ह्यातील वीस गावे निश्चित करीत एका स्वयंसेवी संस्थेने पुढाकार घेतला. या पुढाकाराला वर्धा जिल्ह्यातील वीस गावांतील लोकांची चांगली साथ मिळाल्याने गावे पाण्याच्या बाबतीत स्वयंपूर्ण होण्यास मदत मिळाली आहे. यामध्ये देवळी तालुक्यातील सात, वर्धा तालुक्यातील सात, हिंगणघाट व कारंजा तालुक्यांतील प्रत्येकी दोन, आष्टी व आर्वी तालुक्यांतील प्रत्येकी एका गावाचा समावेश आहे.

विकासकामे झालेली गावे

भोजनखेडा, टाकळी चणा, भिवापूर, कोसूरला, डवलापूर, चिंचाळा, आजगाव, लोणी, गणेशपूर, सोनेगाव स्टेशन, बोदड, गाडेगाव, काकदरा, गारपीट, खातखेडा, नागठाणा, तळेगाव, रसुलाबाद, तरोडा, जांभुळदरा.

गावांची साथ महत्त्वाचीच

कोणत्याही गावाचा विकास हे एकट्यादुकट्याचे काम नाही; गावातील प्रत्येक हात, डोके लढले तरच शाश्वत ग्रामविकास साध्य होतो. अशा कामाला चालना देण्यासाठी जानकीदेवी बजाज

आजगाव, जि. वर्धा : रुंदी व खोलीकरणासह जलसंधारणाच्या कामामुळे येथील नाला असा भरभरून वाहू लागला. पाणी जमिनीत मुरल्यामुळे विहिरींच्या पाणीपातळीतही वाढ झाली.

फाउंडेशनसारखी संस्था असल्यास या अभिसरणाला वेग येतो. असे काम करण्यासाठी संस्थेने वर्धा जिल्ह्यातील २० गावांची निवड निश्चित केल्यानंतर स्थानिकांच्या समावेशासाठी प्रयत्न सुरू केले. ग्रामसभा आयोजित करून ग्रामस्थांना जलसंधारण व अन्य कामांचे महत्त्व पटवून देतानाच प्रत्येक गावकरी, शेतकऱ्याची मते आणि सूचना विचारात घेतल्या.

शेकडो हात राबले

या २० गावांतील परिस्थिती वेगवेगळी होती. त्या स्थानिक बाबींचा शास्त्रीय दृष्टिकोनातून व शेतकऱ्यांच्या सूचनेचा विचार करून कामांचे स्वरूप निश्चित करण्यात आले. गावातील ५०० ते ६०० मीटर लांबीच्या नाल्यांची रुंदी व खोलीकरणाची कामे सुरू करण्यात आली. सोनेगाव स्टेशन, लोणी, गणेशपूर, गाडेगाव, गारपीट, खातखेडा, नागठाणा, तळेगाव, रसुलाबाद, जांभुळदरा, तरोडा या गावांतील शेकडो हात या कामांसाठी राबले. गरजेनुसार यंत्राचाही वापर केला गेला. या प्रत्येक कामाच्या खर्चासाठी आवश्यक निधी संकलनासाठी ग्रामपातळीवरील समिती स्थापन करण्यात आली. थोडक्यात, गावातील कामांचे नियोजन, नियंत्रण यावर गावातील लोकांच्या समितीने लक्ष ठेवले. पूर्वी कृषी विभागाद्वारे झालेल्या सिमेंट बंधारे वगैरे कामांची डागडुजी, नाल्यांतील गाळ काढणी व रुंदी-खोलीकरणाची कामेही करण्यात आली, त्यामुळे जलसंचय वाढण्यास मदत झाली.

दृश्य परिणाम समोर आले

दर वर्षी उन्हाळ्यात पाण्याची टंचाई असलेली ही गावे या कामांमुळे जलस्वयंपूर्ण झाली. पूर्वी विदर्भातील अनेक गावांप्रमाणेच डवलापूर परिसरातही उन्हाळा सुरू झाल्यापासून चांगला पाऊस होईपर्यंतच्या काळात पिण्याच्या पाण्यासाठी वणवण करावी लागत असते. आता मात्र सामूहिक प्रयत्नांतून गावकऱ्यांनी आपली गावे केवळ पिण्याच्याच नाही तर सिंचनाबाबतीतही बऱ्यापैकी जलस्वयंपूर्ण केली आहेत.

गावामध्ये पाणीपुरवठा करण्यासाठी जलस्वराज्य प्रकल्पांतर्गत विहीर असूनही उन्हाळ्यामध्ये गावाला पाणीटंचाईचा सामना करावा लागत होता. विहिरीलगतच नाला असून, त्याचे रुंदी-खोलीकरण करण्यात आले. त्यानंतर नाल्यावर बंधारा बांधण्यात आला. या दोन्ही बाबींमुळे पाणीपुरवठ्याच्या विहिरीसह परिसरातील अनेक विहिरींतील पाण्याची पातळी वाढली आहे. त्यामुळे शेती सिंचनासाठीही पाणी उपलब्ध झाले आहे.

प्रशांत कडू, टाकळी (चणा),
ता. देवळी, जि. वर्धा

पाणीपातळी वाढली

- जलसंधारणाच्या कामामुळे भिवापूर, चिंचाळा, गाडेगाव, सोनेगाव (स्टेशन), बोदडसारख्या कामे झालेल्या सर्व वीस गावांमधील भूजलपातळीत वाढ झाली आहे. आता पाण्याची शाश्वती झाल्याने खरिपामध्ये प्रामुख्याने कापूस, सोयाबीन व रब्बीत हरभरा ही पिके घेतली जातात. या पिकांसाठी आवश्यक तेव्हा संरक्षित पाणी देणे शक्य झाल्याने उत्पादनामध्ये वाढ झाली आहे.
- या वर्षी पावसाने चांगलीच ओढ दिली असली तरी पाण्याची सोय असल्याने काही गावांत कपाशीसारख्या पिकाच्या पेरण्या शेतकऱ्यांना वेळेत साधता आल्या. नागपूर येथील राष्ट्रीय कापूस संशोधन केंद्राच्या मदतीने कपाशीच्या सरळ वाणाच्या सघन लागवड पद्धतीची प्रात्यक्षिकेही शेतकऱ्यांच्या शेतात घेण्यात येत आहेत.

पूरक व्यवसायासाठी मदत

- केवळ शेतीवर अवलंबून असलेल्या या गावांमध्ये जलसंधारणाच्या कामांबरोबर गवताची व चाऱ्याची सोय शक्य झाली. त्या वेळी गावांमध्ये शेतीपूरक व्यवसायाला चालना देण्याचा प्रयत्न जानकीदेवी बजाज फाउंडेशनतर्फे करण्यात आला. त्यामध्ये अल्पभूधारक शेतकरी,

शेतमजूर व भूमिहीनांना जनावरांचे वाटप करण्यात आले. चार शेळ्या व एक बोकड असे एक युनिट देताना शेतकऱ्यांना १८ हजार रुपयांची मदत देण्यात आली. तसेच, गाय खरेदीसाठी २० हजार रुपयांची मदत व उर्वरित हिस्सा शेतकऱ्यांचा, असे स्वरूप ठेवले आहे.

- कोणत्याही विकासकामांत पाच टक्के ग्रामस्थांचे श्रमदान व पाच टक्के आर्थिक सहकार्य असे गृहीत ठेवण्यात आले. ग्रामस्थांनी त्याप्रमाणे सहकार्य केले. आता या २० गावांतील दूध संकलनात वाढ झाली आहे. त्यातून बऱ्यापैकी पूरक उत्पन्नही मिळत आहे.

आमची ५० एकर शेती असून, त्यातील २६ एकर क्षेत्र नाल्याच्या काठावर आहे. याच नाल्याचे रुंदी व खोलीकरण करून ग्रामस्थांनी बंधारा बांधला. नाल्यामध्ये पाणी साठल्याने त्याचा वापर हंगामी सिंचनाकरिता होऊ लागला आहे. दर वर्षी कपाशी, सोयाबीन, हरभरा यासारखी पिके मी घेत असून, एकरी उत्पादनामध्ये प्रत्येकी एक ते दोन क्विंटलची वाढ अनुभवत आहे.

अरुण दादाजी चौधरी,
डवलापूर, ता. हिंगणघाट

विहीर खोलीकरण झाले

टाकळी चणा, कोसूरला, डवलापूर आदी दहा गावांत विहीर खोलीकरण व गाळ उपसाही करण्यात आला. त्याकरिता संस्थेमार्फत प्रत्येकी पाच हजार रुपयांची मदत धनादेशाद्वारे दहा शेतकऱ्यांना देण्यात आली आहे. शेतकऱ्यांनी ठिबक व तुषार सिंचनाचा पर्याय अवलंबला असून, पूर्वी कपाशीचे एकरी सहा क्विंटल उत्पादन घेणारे शेतकरी आता संरक्षित पाण्यामुळे दहा क्विंटलपर्यंत उत्पादन घेऊ लागले आहेत.

संपर्क : **विनेश काकडे,** ९८५०४८५६५३, कार्यक्रम समन्वयक,
जानकीदेवी बजाज फाउंडेशन, वर्धा.
(प्रकाशन दिनांक : २१ जुलै २०१४)

पश्चिम महाराष्ट्र

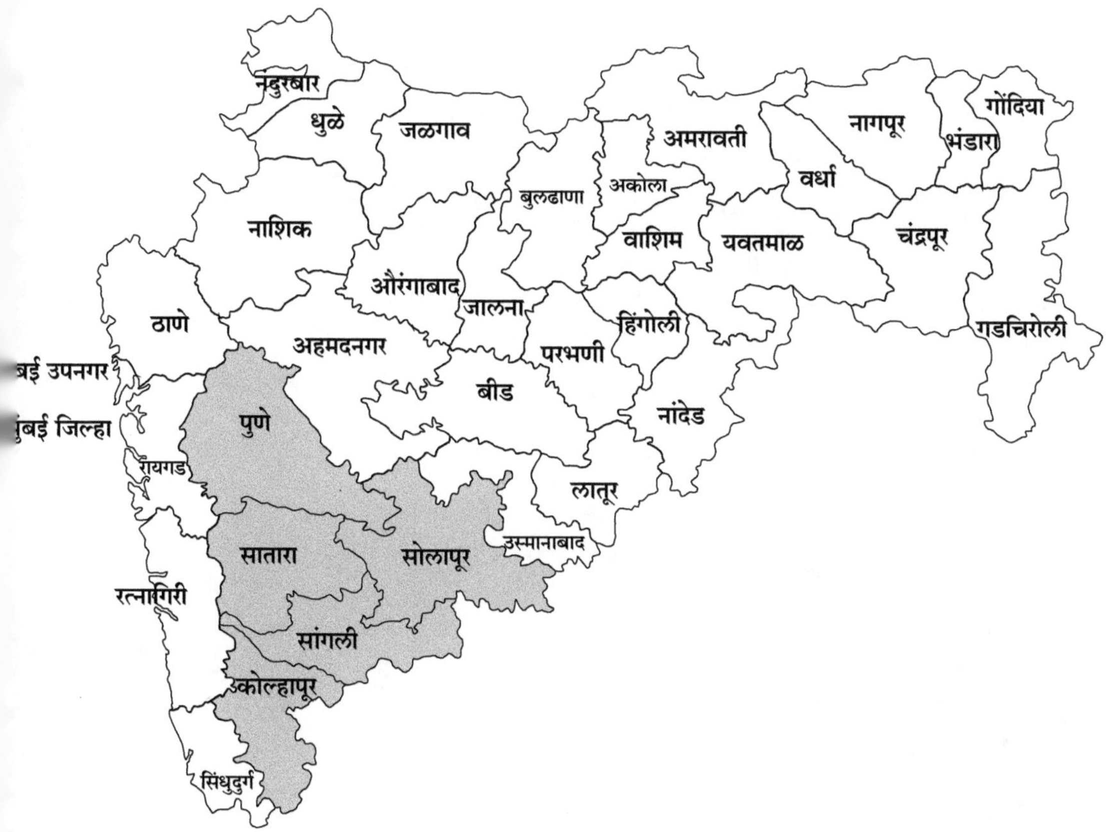
नंदुरबार
धुळे
जळगाव
अमरावती
नागपूर
गोंदिया
भंडारा
वर्धा
बुलढाणा
अकोला
नाशिक
वाशिम
यवतमाळ
चंद्रपूर
औरंगाबाद
जालना
ठाणे
हिंगोली
गडचिरोली
अहमदनगर
परभणी
बई उपनगर
बीड
नांदेड
पुणे
ुंबई जिल्हा
रायगड
लातूर
उस्मानाबाद
सातारा
सोलापूर
रत्नागिरी
सांगली
कोल्हापूर
सिंधुदुर्ग

गार्डीत दोनशे हेक्टर शेतीला मिळतेय कायमस्वरूपी पाणी

राजकीय इच्छाशक्ती, लोकसहभाग आणि शासकीय योजनांचा मिलाफ सांगली जिल्ह्यातील गार्डी (ता. खानापूर) येथे झाला आहे. या एकत्रित प्रयत्नांतून बंधारे बांधणे, ओढ्याची सफाई व रुंदीकरण केल्याने गावातील सुमारे दोनशे हेक्टर शेती क्षेत्राला कायमस्वरूपी पाण्याची सोय झाली आहे. बंधाऱ्यातील पाण्याबरोबर विहिरींच्या पाण्याची पातळीही वाढली आहे.

राजकुमार चौगुले

सांगली जिल्ह्यात विटा शहरापासून सुमारे दहा किलोमीटर अंतरावर गार्डी हे दुष्काळी पट्ट्यातले सुमारे चार हजार लोकसंख्येचे गाव आहे. पिण्याच्या पाण्यासह शेतीच्या पाण्याची समस्या या भागातील शेतकऱ्यांना कायम जाणवते. प्रतिकूल परिस्थितीतही द्राक्ष निर्यात करण्यासाठी या गावातील द्राक्ष उत्पादक पुढे आहेत. दुष्काळी भाग असूनही कोणत्याही परिस्थितीत द्राक्षपीक यशस्वी करायच, या उद्देशाने इथला शेतकरी धडपडत असतो.

गार्डी गावातून एक ओढा जातो; मात्र गावाला त्याचा उपयोग जवळपास संपला होता. याचे कारण म्हणजे, त्यावर गाळ आणि इतक्या वनस्पती वाढल्या होत्या, की त्या ओढ्याचे अस्तित्वच नाहीसे झाले होते. या ओढ्यातील गाळ काढणे आणि त्यावर बंधारे बांधून पाणी साठवणे, हे केवळ स्वप्नच होऊन राहिले होते. मात्र ग्रामस्थांची जिद्द, राजकीय इच्छाशक्ती व शासकीय योजनेचा सुरेख मिलाफ या गावात झाला. त्यातून चक्क मे महिन्यातही या गावातील सुमारे दीडशे हेक्टरहून अधिक शेतीला शेतीच्या पाण्याचा प्रत्यक्ष आणि अप्रत्यक्ष फायदा झाला.

विरोधातून उत्कर्षाकडे

गावचा ओढा स्वच्छ करून त्यावर साखळी बंधारे बांधण्याचा निर्णय झाला खरा; मात्र गावातील काही शेतकऱ्यांचा याला विरोध झाला. अनेक दिवसांपासून ओढ्याचे अस्तित्वच जणू नसल्याने, तशीच

बंधारे बांधून ओढ्याचे रुंदीकरण केल्याने पाऊस नसला, तरी जूनमध्ये अद्यापही बंधाऱ्यात असा पाणीसाठा आहे.

शेती होत होती. मात्र जलसंधारणाचे कठीण काम झाल्यास गावाला कायमस्वरूपी पाण्याची सोय होणार होती. अनिल बाबर व इतर राजकीय व्यक्तींच्या पुढाकाराने शेतकऱ्यांना या कामाच्या महत्त्वाबाबत पटवून देण्यात आले, त्यातून गाळ काढणे व बंधारे बांधण्याचा मार्ग मोकळा झाला. हा निर्णय झाल्यानंतर ग्रामस्थांनी कामात स्वयंस्फूर्तीने सहभाग घेतला.

उन्हाळ्यातही पाणीदार बंधारा

गार्डी गावात तेरा बंधारे आहेत. त्यांपैकी तीन मातीचे आहेत. उरलेले चार बंधारे पाणलोट कामांमधून गेल्या वर्षी उभे राहिले; तर अन्य बंधारे २००३ पासून पन्नास टक्के लोकसहभागातून झाले आहेत. महात्मा फुले जलभूमी अभियानातूनही बंधारे बांधण्यात आले. साखळी पद्धतीचे हे बंधारे असल्याने, गावातील बंधाऱ्याचे पाणी तसेच पुढे सरकत राहते. त्याचा फायदा अनेक शेतकऱ्यांना होत आहे. सध्या पावसाला अद्याप म्हणावी तशी सुरुवात नाही. त्यामुळे गावातील अनेक बंधारे कोरडे असले तरी गावातील दोन बंधाऱ्यांत मात्र सध्या पाणी उपलब्ध आहे. गेल्या वर्षी जो बंधारा बांधला, त्यात पाणीसाठा आहे. या बंधाऱ्याचे वैशिष्ट्य म्हणजे एकदम 'धो धो' पाऊस पडून बंधाऱ्यात पाणी साठलेले नाही, तर गेल्या वर्षी ऑक्टोबरमध्ये परतीचा पाऊस झाला. या पावसाचे शेजारील जमिनीतून मुरलेले पाणी बंधाऱ्यात साठले. याचा फायदा अद्यापपर्यंत या भागातील काही शेतकऱ्यांना होत आहे. या बंधाऱ्याचे हे यश म्हणावे लागेल.

बंधाऱ्यांमुळे टँकरमुक्तीकडे

गावात बंधारे होण्यापूर्वी गावातील विहिरींना फेब्रुवारीपर्यंत पाणी राहत होते, त्यानंतर पाण्याची मोठी चणचण भासायची. टँकरने पाणी आणून पिकांना द्यावे लागायचे. आता बंधाऱ्यांमुळे सुमारे शंभर विहिरींच्या पाणीपातळीत सुधारणा झाली आहे. सध्या काही विहिरींची पाण्याची पातळी कमी झाली असली तरी, मे महिन्यापर्यंत बंधाऱ्यांच्या शेजारील बहुतांश विहिरींमध्ये थोड्या-थोड्या प्रमाणात पाण्याचा साठा होता. मे महिन्यापर्यंतची पिकांची गरज यामुळे भागली.

चार हजार वृक्षांची लागवड

बंधाऱ्याच्या शेजारील जमीन खचू नये याकरिता बंधाऱ्यांच्या शेजारी सुमारे चार हजार विविध वृक्षांची लागवड करण्यात आली आहे. वेगवेगळ्या ठिकाणांहून रोपे आणून त्यांची जोपासना करण्यात येत आहे. निलगिरीसह बेट तयार करणाऱ्या झाडांना प्राधान्य देण्यात आले आहे.

द्राक्ष, डाळिंबासह उसाचे क्षेत्र वाढले

गावात ज्या ठिकाणी कूपनलिका-विहिरींचे पाणी उपलब्ध आहे, त्या ठिकाणी शेती होत होती; परंतु या बंधाऱ्यांच्या निमित्ताने शेतकऱ्यांना पाण्याचा स्रोत निर्माण झाला. यामुळे यंदा डाळिंब, द्राक्षे व उसाची शेतीही वाढत आहे, ही मोठी सकारात्मक बाब म्हणावी लागेल. ज्या शेतकऱ्यांच्या जमिनी साखळी बंधाऱ्यांच्या बाजूला आहेत, त्यांना या पाण्याचा प्रत्यक्ष फायदा झाला; परंतु ज्या शेतकऱ्यांच्या जमिनी त्यापासून थोड्या दूर

प्रत्येक वर्षी उन्हाळा आला की आम्हाला पिकांसाठी टँकरची सोय करावी लागे. पाणी कोठून आणायचे, उन्हाळ्यात कोणती पिके घ्यायची, याची चिंता लागून राहत असे. यंदा मात्र ही चिंता बऱ्यापैकी मिटली. ज्या विहिरींचा तळ फेब्रुवारीतच दिसायचा, त्या विहिरींना मेअखेरपर्यंत पाणी उपलब्ध झाले. अनेक शेतकऱ्यांनी ठिबक सिंचनाचा वापर करून या पाणीसाठ्याचा पुरेपूर वापर करून घेतला. हा अप्रत्यक्ष फायदा अनेक शेतकऱ्यांना झाला आहे.

अतुल बाबर, शेतकरी

बंधाऱ्यांच्या पाण्यामुळे मला आता शेतीचे चांगले नियोजन करणे शक्य झाले आहे. यापूर्वी पुरेसे पाणी नसल्याने उपलब्ध पाण्यात जिरायती शेती व्हायची. यंदा मी डाळिंबबागेसह उसाचीही लागवड केली आहे. ठिबकच्या साह्याने ही शेती आता सोपी होणार आहे. कमीत कमी पाण्यात जास्तीत जास्त उत्पादन काढण्यासाठी मी प्रयत्न करणार आहे.

सुशांत रसाळ, शेतकरी

अंतरावर आहेत, त्यांच्या विहिरींनाही ‘परकोलेशन’चा फायदा झाला आहे. यामुळे उन्हाळ्यात किमान एक-दोन पाणी तरी पिकांना देता आले, याचे मोठे समाधान गावातील शेतकऱ्यांना आहे.

तीन तासांपर्यंत चालतो विहिरींचा उपसा

बंधारे बांधण्यापूर्वी व ओढ्याची स्वच्छता करण्यापूर्वी उन्हाळ्यात पाणीउपसा पंप एक तासापेक्षा जास्त चालायचे नाहीत. पाणी लगेच संपून जायचे. आता तीन ते चार तासांपर्यंत उपसापंप सुरू राहू शकतात. यामुळे पिकांना चांगले पाणी मिळते. अनेक शेतकऱ्यांनी ठिबक सिंचनाचा वापर करून उपलब्ध पाणी पिकांना कसे मुबलक प्रमाणात मिळेल, याचे नियोजन यंदा सुरू केले आहे.

बदलते आहे गार्डी गाव

महात्मा फुले जल व भूमिसंधारण अभियानाअंतर्गत सिमेंट नालाबांधामधील गाळ काढणे, आणि नाला सरळीकरण करणे, ही कामे आम्ही गार्डीमध्ये केली. गावात जलसंधारणाची आठ कामे झाली आहेत. यामधून ७५८९१ घनमीटर गाळ काढण्यात आला आहे. यामुळे ७५ टीएमसी पाणीसाठा वाढला आहे. सध्या एकूण १३२ टीएमसी पाणीसाठा गावात आहे. यामुळे जवळपास दोनशे हेक्टर क्षेत्रावरील शेतीला फायदा झाला आहे.

रवींद्र कांबळे,
उपविभागीय कृषी अधिकारी, विटा

- पाण्याचा बारमाही स्रोत निर्माण करण्याचे प्रयत्न
- उपलब्ध पाण्याचा जास्तीत जास्त वापर पिकांसाठी करण्याकरिता नियोजन
- जिरायती पिकांबरोबर ऊस, डाळिंबाचेही क्षेत्र वाढू लागले
- दुष्काळाचे चटके सोसणाऱ्या गावात मे-जूनमध्ये पहिल्यांदाच पाणीसाठा

(प्रकाशन दिनांक : ४ जुलै २०१४)

दुष्काळी 'पिंगोरी'चे शेतशिवार उन्हाळ्यातही झाले हिरवेगार

दुष्काळाशी कायम झुंज देणाऱ्या पिंगोरीतील गावतलावात जून उलटून गेला व पावसाने हजेरी लावली नसली तरी मुबलक पाणी आहे. गावातील ओढा पाण्याने भरून वाहत आहे. विहिरींत पाणीपातळी चांगली आहे. हा सर्व बदल घडला लोकसहभाग व ट्रस्टने राबवलेल्या सामूहिक प्रकल्पातून. आजूबाजूची गावे पाण्याअभावी कोरडी असताना पिंगोरीचे शेतशिवार मात्र त्यामुळेच हिरवेगार दिसत आहे.

अमोल कुटे

पुणे जिल्ह्यातील कायम दुष्काळी पुरंदर तालुक्यात जेजुरीपासून १५ किलोमीटरवर पिंगोरी हे तीनही बाजूंनी असलेल्या डोंगराच्या कुशीत वसलेले गाव. पावसाचे प्रमाण कमी. उन्हाळ्यात पाण्याची तीव्र टंचाई. पिण्याच्या पाण्यासाठीही टँकर सुरू करावा लागायचा. सन १९९२ च्या दुष्काळात गावात तलाव बांधण्यात आला खरा, मात्र वर्षानुवर्षे तलावात साचत गेलेल्या गाळामुळे पाणीपातळी कमी झाली. तलाव आटल्यानंतर पाण्याची टंचाई जाणवायला सुरुवात झाली. बाजरी, ज्वारी, कडधान्ये ही इथली प्रमुख पिके. काही शेतकऱ्यांनी सीताफळ, अंजिराच्या बागा घेतल्या; पण पाण्याअभावी काही काढून टाकाव्या लागल्या. पाणी नसल्याने पिंगोरीकरांना उदरनिर्वाहासाठी बाहेरही पडावे लागे.

५१ कोटी लिटरचा 'जय गणेश' जलसागर

गावात मागील वर्षी तीव्र दुष्काळ पडला. पिण्यासाठीही पाणी शिल्लक राहिले नाही. विहिरी आटून गेल्याने टँकरने पाणी द्यावे लागले. ग्रामस्थ या समस्येवर मार्ग काढायचाच, या जिद्दीने हिरिरीने कामाला लागले. लोकवर्गणीतून तलावातील गाळ काढण्याचा निर्णय झाला. याच कालावधीत पुण्यातील श्रीमंत दगडूशेठ हलवाई गणपती मंदिर ट्रस्टच्या जय गणेश आपत्ती निवारण अभियानातून गावतलावात

उन्हाळा सुरू झाला की गावात टँकर सुरू होई. या वर्षी तलावातील गाळ काढल्याने पाणी मुबलक झाले आहे. आजूबाजूच्या बारा गावांत पाणीटंचाई असताना आमच्या गावचे शिवार हिरवेगार झाले आहे. दूरवरून डोक्यावरून पाणी वाहून आणण्याची गरज आता गावातील महिलांना भासणार नाही. गावची पीक पद्धती बदलत असून, आर्थिक विकास सुरू झाला आहे.

पल्लवी अनिल भोसले,
सरपंच, पिंगोरी

घरच्या नळाला उन्हाळ्यात पाणी येत नसे. दूर अंतरावरून डोक्यावरून वाहून पाणी आणावे लागे. आता पाण्याची काळजी राहिली नाही. गावात तीन महिला बचत गट असून, महिलांना त्याचा फायदा होत आहे.

नंदा वसंत शिंदे, संचालिका,
वाघेश्वर महिला बचत गट

साठलेला गाळ काढण्याचे काम हाती घेण्यात आले. सुमारे दीड महिना सुरू असलेल्या या कामातून सुमारे ७० हजार ब्रास गाळ काढण्यात आला. त्यातून तलावाची पाणी साठवण क्षमता ५१ कोटी लिटर झाली. गेल्या वर्षी गणेशोत्सवाच्या काळात झालेल्या पावसाने दहा दिवसांत तलाव पूर्ण भरला. यंदा जून महिना उलटूनही या 'जय गणेश जलसागरा'ची पाणीपातळी २० फुटांपर्यंत टिकून आहे.

हिरवाई फुलली

पाणी झिरपण्याचा वेगही वाढला. भूजलपातळीत लक्षणीय वाढ झाली. गावातील ओढ्यातून पाणी वाहत असून, जागोजागीचे डोह पाण्याने भरले आहेत. गावातील विहिरींत मुबलक पाणी आहे.

गावात सुमारे ३०० एकरांहून अधिक क्षेत्रावर शेतकऱ्यांना विविध पिके घेणे शक्य झाले. त्यात टोमॅटो, वांगी, भुईमूग, शेवंती, पालेभाज्या, चारा पिकांचा समावेश आहे. सीताफळाच्या नव्या बागा फुलत आहेत. तलावाच्या पाणलोटात सुमारे दोन किलोमीटर डोंगरात असलेल्या हातपंपाला चांगले पाणी आहे. परिसरातील लोकांची, तसेच डोंगरावर चरण्यासाठी जाणाऱ्या जनावरांच्या पाण्याची सोय झाली आहे.

मत्स्य व्यवसायाला चालना

पिंगोरीच्या तलावात पाणी असताना गावाबाहेरील लोक त्यात मत्स्यबीजाची वाढ करून मासेमारीतून नफा कमवायचे. पाण्याअभावी व्यवसाय बंद पडला. गेल्या वर्षी तलावात साठलेल्या पाण्यामध्ये गावातील नऊ युवकांनी हडपसरच्या (पुणे) मत्स्यबीज गुणन

केंद्रातून सुमारे सव्वा दोन लाख मत्स्यबीज आणून सोडले. त्यांनी गंगासागर सोसायटीची स्थापना केली आहे. आता मासे सरासरी एक किलो वजनाचे झाले आहेत. पाणी असल्याने माशांची आणखी वाढ होऊ देण्याचा निर्णय घेतला आहे.

स्वनिधीतून खोदले 'डीप सीसीटी'

गावातर्फे सभोवतालच्या डोंगरावर खोल सलग समपातळी चर (डीप सीसीटी) घेण्यासाठी कृषी विभागाकडे पाठपुरावा करण्यात आला. मात्र कृषी विभागाने अपेक्षित प्रतिसाद न दिल्याने नोकरी, व्यवसायासाठी पुणे, मुंबई शहरांत असलेल्या गावातील तरुणांनी स्वनिधी गोळा केला, त्यातून डोंगरउतारावर एक मीटर खोलीचे 'डीप सीसीटी'

पिण्याच्या पाण्याबरोबरच शेतीसाठीच्या पाण्याचा प्रश्न सुटला आहे. गावात दुग्ध व्यवसाय, कुक्कुटपालनासारख्या व्यवसायांना चालना मिळाली आहे.

धनंजय शिंदे, उपसरपंच

बरीच वर्षे उन्हाळ्यात पडीक राहणारे रान यंदा हिरवेगार दिसत आहे. पावसाच्या पाण्यावर ज्वारी, बाजरी ही पिके घेणारा शेतकरी उन्हाळ्यात टोमॅटो, वांगी आदी भाजीपाला पिके घेऊ लागला आहे. भुईमुगाचे क्षेत्रही वाढले आहे.

राजेंद्र मनोहर भोसले, शेतकरी

धरणामध्ये आमची शेती गेली, त्यामुळे उदरनिर्वाहासाठी मजुरी करावी लागे. मी मत्स्यसंवर्धन प्रशिक्षण घेतले आहे. तलावात पाणी असताना बाहेरगावचे लोक टेंडर घेऊन मासेमारी करायचे. या वर्षी आम्ही नऊ जणांनी सोसायटी सुरू करून टेंडर घेतले. मत्स्यव्यवसायाला चालना दिली आहे.

पोपट भगवान भोसले,
मत्स्य व्यावसायिक

तलावातील गाळ काढल्याने चांगला पाणीसाठा आहे. त्यामुळे उन्हाळ्यात पिके घेतल्याने गावशिवार हिरवेगार झाले.

घेण्यात आले. जलसंधारणाबरोबर मृद्संधारणासही आता हातभार लागत आहे. पुढील काळात अन्य ठिकाणी 'सीसीटी' करण्याचे नियोजन आहे. डोंगरउतारावर मोठ्या प्रमाणावर झाडे लावण्यात आली असून, वनराई वाढवण्यात येत आहे.

दुग्धविकासाला मिळाली चालना

पाण्याची टंचाई दूर झाल्यामुळे गावात दुग्ध व्यवसायाला चालना मिळाली आहे. जनावरांना हिरवा चारा उपलब्ध झाला आहे. गावातील सागर धुमाळ या युवकाने गोशाळा सुरू केली आहे. त्यात १७ गीर गाई आहेत. दुधापासून तूपनिर्मिती, गोमूत्रापासून अर्क, काढा बनविण्यात येत आहे. शेणाचा उपयोग गांडूळ खतनिर्मितीसाठी होत आहे. दूध व अन्य उत्पादनांना मागणी असल्याने चांगले उत्पन्न मिळत असून धुमाळ समाधानी आहेत.

गाव सर्वार्थाने स्वयंपूर्ण करणार

श्रीमंत दगडूशेठ हलवाई गणपती मंदिर ट्रस्टच्या माध्यमातून विविध प्रकल्पांद्वारे पिंगोरी गावाला स्वयंपूर्ण करणार असल्याचे ट्रस्टचे कोशाध्यक्ष महेश सूर्यवंशी यांनी सांगितले. जलसंधारणाबरोबर वृक्षारोपण, कृषी पर्यटन, औषधी वनस्पतींची लागवड, सौरऊर्जा, पवनचक्की, आधुनिक गोशाळा, बायोगॅस प्रकल्प, शैक्षणिक गुणवत्ता सुधार आदी प्रकल्पांचा समावेश आहे.

(प्रकाशन दिनांक : ६ जुलै २०१४)

गावात एकोपा निर्माण झाल्याने विकासाला वेग आला आहे. युवकांच्या सहभागातून डोंगरावर माथा ते पायथा जलसंधारणाची कामे करण्यात येत आहेत. वृक्षारोपणाच्या माध्यमातून मृद्संधारणाच्या कामांवर भर देणार आहोत.

बाबासाहेब शिंदे, ग्रामस्थ

विहीर पाणीसाठा वाढला नायगाव झाले टँकरमुक्त

जामखेड (जि. नगर) तालुक्यात डोंगरमाथ्यावर असलेल्या नायगाव या गावामध्ये दर वर्षी मार्च महिन्यापासून पाण्याची टंचाई भासत होती; परंतु त्यावर कायमस्वरूपी मात करण्यासाठी गाळ उपसा, नालाबंडिंग, समतल चर अशी विविध कामे लोकसहभागातून झाली. त्यामुळे विहिरींच्या पाणीसाठ्यात सुमारे १२ टक्के वाढ झाली. दर वर्षी लागणारे पाण्याचे टँकरही यंदा बंद झाले असून, गावही हिरवेगार झाले आहे.

संदीप नवले

नगर जिल्ह्यात डोंगरमाथ्यावर असलेल्या नायगाव या गावात तीन वाड्या आहेत. जमीन हलकी ते मध्यम स्वरूपाची असल्याने दर वर्षी गावात गहू, बाजरी, ज्वारी, ऊस, मूग, उडीद अशी विविध पिके घेतली जात होती; परंतु गेल्या दोन ते तीन वर्षांपासून या गावाला पाण्याची चांगलीच अडचण भासत होती.

पाण्यासाठी वणवण फिरण्याची वेळ

नायगावची लोकसंख्या सुमारे पाच हजार आहे. डोंगराळ भाग असल्याने ऐन उन्हाळ्यात विहिरी कोरड्या पडत. मार्च महिन्यापासूनच पाणीटंचाई भासायची. पिण्याच्या पाण्यासाठी दर वर्षी महिलांना वणवण फिरावे लागत असे. फळबाग, उसासारखी पिकेही जळून जात होती. गावात पिण्याच्या पाण्यासाठी जूनअखेर तीन टँकरद्वारे पाणीपुरवठा सुरू राहत असे. काही वेळा पावसाळ्यातही टँकरने पाणी पुरवले जायचे. खरिपात वेळेवर पाऊस पडला नाही तर शेतकऱ्यांना पिकेही घेता येत नव्हती. वर्षातून किमान आठ महिने पाण्यासाठी सामना करावा लागत असल्याचे चित्र होते.

नायगावकरांना दररोज पाणीपुरवठा व्हावा यासाठी महाराष्ट्र राज्य प्राधिकरण पाणीपुरवठा योजनेअंतर्गत २००२-०३ मध्ये सुमारे ३ कोटी २० लाख खर्च करून पाणीपुरवठ्याची कामे केली. त्यानंतर २००३-०४ मध्ये या योजनेअंतर्गत पाणीपुरवठा सुरू केला; मात्र अवघ्या दोन महिन्यांतच

यंदा विहिरीच्या पाणीपातळीत वाढ झाली आहे.

या योजनेअंतर्गत पाणीपुरवठा बंद झाला. त्यानंतर अनेक वेळा 'प्राधिकरण' विभागाशी संपर्क साधून पाणीपुरवठा सुरू करण्याची मागणी ग्रामस्थांनी केली. मात्र, विभागाने दुर्लक्ष करत गावाला कायमचाच पाणीपुरवठा बंद केला.

पाण्यासाठी गाळ उपशासाठी पुढाकार

गेल्या वर्षी पिण्याच्या पाणी टंचाईवर मात करण्यासाठी गावाच्या हद्दीत असलेल्या नायगाव तलावातील गाळाचा उपसा करण्याचे ठरवले. बघता बघता गावातील अनेक शेतकऱ्यांनी पुढाकार घेतला. तलावातील सुमारे १ लाख १६ हजार ब्रास एवढा गाळ काढला. सुमारे २२ लाख रुपयांच्या खर्चातून नालाबंडिंग, दगडी बांध, सलग समतल चर अशी विविध कामे लोकसहभागातून झाली.

पावसाळ्यात पाण्याचा मोठा साठा

कामांचे दृश्य परिणाम समोर येऊ लागले. पावसाळ्यात पाऊस झाल्यामुळे तलावात, विहिरींमध्ये मोठ्या प्रमाणात पाणीसाठा झाला. त्यामुळे शेतकऱ्यांना खरिपाशिवाय अन्य हंगामही साधता येऊ लागले. कांदा, गहू, भुईमूग, चारा पिके, ऊस, ज्वारी, बाजरी अशी पिकांची विविधता वाढवली आहे. यंदाच्या उन्हाळ्यात पिण्याच्या पाण्याचाही प्रश्न सुटला. भर उन्हाळ्यात गाव विविध पिकांनी बहरले आहे. पाणीसाठ्यात सुमारे १२ टक्के, तर बागायती क्षेत्रात २० टक्क्यांपर्यंत वाढ झाली.

खरिपात ३५ हेक्टरवर पेरणी

गेल्या वर्षी पावसाळ्यात झालेल्या पावसामुळे नायगाव तलावात मोठ्या प्रमाणात पाणीसाठा झाला. त्याचा परिणाम म्हणून परिसरातील विहिरींच्या पाणीपातळीत वाढ झाली. त्यामुळे खरीप हंगामात कापूस, सोयाबीन, मूग, उडीद, ऊस या पिकांची सुमारे ३५ हेक्टरवर शेतकऱ्यांनी पेरणी केली, तर १८ हेक्टरवर फळबाग उभी आहे. सध्या ही पिके चांगल्या वाढीच्या अवस्थेत आहे.

यंदा झाले टँकरमुक्त गाव

गेल्या वर्षी मोठ्या प्रमाणात तलावातील गाळ उपसा केल्यामुळे त्याचा लाभ यंदा दिसून आला. दर वर्षी मार्चपासून पाणीटंचाई भासत असलेल्या नायगावात यंदा जूनअखेरपर्यंत पाणी तळ्यात उपलब्ध झाले आहे. त्याचा कालावधी किमान दोन महिन्यांनी वाढला आहे. त्यामुळे ग्रामस्थांनी पिण्याच्या पाण्यासाठी उन्हाळ्यात एकाही टँकरची मागणी केली नाही. यंदा नायगाव टँकरमुक्त गाव झाले आहे.

गाळामुळे क्षेत्र झाले सुपीक

पाणीटंचाईमुळे गेल्या वर्षी शेतकऱ्यांनी मोठ्या प्रमाणात तलावातील गाळ उपसा केला. तो गाळ सुमारे २००-२२५ हेक्टर क्षेत्रावर वापरला. हे क्षेत्र आता सुपीक होणार आहे.

नायगावचा आदर्श घेतला राजुरी गावाने

गेल्या वर्षी नायगावात लोकसहभागातून झालेल्या

दर वर्षी पाऊस झाल्यानंतर पावसाच्या पाण्याबरोबर माती वाहून जात होती. गावात 'नालाबंडिंग'ची कामे झाली. आता शेतातून माती वाहून जाण्याचे थांबले असून, यंदा उडदाचे पीक घेता आले आहे.

सर्जेराव शिंदे, शेतकरी ग्रामस्थ

दोन वर्षांपूर्वी विहिरीला पाणी नव्हते. गेल्या वर्षी गावाजवळ असलेल्या तलावातील गाळउपसा केल्यामुळे मला यंदा चार ते पाच एकर ऊस घेता आला. विहिरीला अजूनही पाणी आहे.

गहिनीनाथ उगले,
शेतकरी ग्रामस्थ

माझी पाच एकर हलकी ते मध्यम शेती आहे. मात्र दर वर्षी उन्हाळी हंगामात पिके जळून जात होती. परंतु गेल्या वर्षी तलावातील एक हजार ५५० ब्रास गाळ शेतात टाकला. त्यात उडीद, ज्वारीसारखी पिके घेतली.

योगेश शिंदे, शेतकरी ग्रामस्थ

नायगाप तलावाला आजही चांगले पाणी आहे.

विविध कामांच्या परिणामांमुळे पाणीटंचाईची समस्या कमी झाल्याचे अनुभवास आले. त्यामुळे यंदा कृषी विभाग व लोकसहभाग यांच्या एकत्रीकरणातून राजुरी गावातही सुमारे ५६८ हेक्टरवर 'कंपार्टमेंट बंडिंग'चे काम पूर्ण झाले आहे. सुमारे ३१ लाख ४८ हजार रुपये खर्चाची कामे करण्यात आली. त्याचा सुमारे ४३६ शेतकऱ्यांनी लाभ घेतला आहे. आगामी काळातही 'नालाबंडिंग'ची कामे मोठ्या प्रमाणात हाती घेतला जाणार आहेत, असे मल्हारी गायकवाड, मुकंदा कोल्हे या शेतकऱ्यांनी सांगितले.

असे झाले नायगाव पाणीदार

- गावातील विहिरींच्या पाणीसाठ्यात १०-१२ टक्के वाढ
- गावातील २००-२२५ हेक्टर क्षेत्र गाळामुळे झाले सुपीक
- ऊस, चारा पिके, फळपिकांना उन्हाळ्यातही पाणी उपलब्ध
- गावात २० ते २२ लाख रुपयांची कामे लोकसहभागातून
- राजुरी गावाने घेतला नायगावचा आदर्श
- नायगाव झाले टँकरमुक्त गाव

(प्रकाशन दिनांक : ८ जुलै २०१४)

गावात दर वर्षी मार्च–एप्रिल महिन्यात टँकर सुरू ठेवावे लागत होते. मात्र गेल्या वर्षी गाळउपशासारखी विविध कामे हाती घेतल्यामुळे पाणीसाठ्यात १०–१२ टक्के वाढ झाली.

परशुराम पवार, सरपंच, नायगाव

पाणीटंचाईवर कायमस्वरूपी मात करण्यासाठी गाळउपसा केला. आगामी काळात पाणीसाठा उपलब्ध होण्यासाठी गाळउपशाची आणखी कामे हाती घेतली जाणार आहेत.

सुरेश उगले,
अध्यक्ष, पाणलोट विकास समिती

लोकसहभागातून झालेल्या कामांचा फायदा दिसत आहे. यंदाच्या खरिपात ३५ हेक्टरवर पेरणी झाली आहे.

डी. टी. सुपेकर,
तालुका कृषी अधिकारी, जामखेड

शेततळी, सूक्ष्म सिंचनाने समृद्ध पारगाव सुद्रीक

डोंगरमाथ्यावर असलेल्या पारगाव सुद्रीक (ता. श्रीगोंदा, जि. नगर) येथील ग्रामस्थांनी अनेक वर्षे पाणीटंचाईची झळ सोसली. आता तलाव, शेततळी, सूक्ष्म सिंचन, पॉलिमल्चिंग आदी उपायांद्वारे हे गाव पाण्याबाबत स्वयंपूर्ण झाले आहे. राज्यात सर्वाधिक शेततळ्यांचे गाव म्हणून पारगावची ओळख तयार झाली आहे.

संदीप नवले

नगर जिल्ह्यात असलेल्या पारगाव सुद्रीक गावाला अनेक वर्षांपासून पिण्यासाठी व शेतीसाठी तीव्र पाणीटंचाई जाणवत होती. काही वर्षांपूर्वी गावात तलाव बांधण्यात आला, त्यामुळे पिण्याच्या पाण्याची सोय झालीच; परंतु त्याचा शेतीसाठीही फायदा झाला. मात्र पाण्याबाबत जागरूकता निर्माण झाल्याने गेल्या पंधरा वर्षांपासून शेतकऱ्यांनी पाण्याचा काटेकोर वापर व त्याचे योग्य नियोजन सुरू केले.

गेल्या चार-पाच वर्षांपासून पाऊस कमी होत असल्याने कॅनॉललाही बारमाही पाणी नव्हते. वर्षातील सात ते आठ महिने पाण्याची टंचाई भासत होती. त्यातच गावाजवळील तलावही उन्हाळ्यात कोरडा पडत असे. त्यावर पर्याय म्हणून येथील शेतकरी कॅनॉलला पाणी आल्यानंतर तो तलाव भरून घ्यायचे; मात्र त्यात गाळ साठत गेला होता, त्यातील पाणीपातळी कमी झाली होती. मात्र शेतकऱ्यांनी गाळ उपसा मोहीम सुरू केली.

दर वर्षी काढला जातो गाळ

गावात ज्या शेतकऱ्यांकडे खडकाळ जमीन आहे असे शेतकरी दर वर्षी या तलावातील गाळ काढतात. साधारणपणे १५ ते २० शेतकरी तो गाळ शेतात नेऊन टाकतात, त्यामुळे शेतीही सुपीक होण्यास मदत होत आहे. गेल्या वर्षी दुष्काळामुळे तलावातील गाळ अनेक शेतकऱ्यांनी काढला.

त्याचा लाभ यंदा पाणीसाठा वाढण्यामध्ये झाला. तलावात यंदा जुलैपर्यंत पाणी टिकून राहिले आहे.

बागायती क्षेत्रात झाली वाढ

पंचवीस वर्षांपूर्वी गावात २०-२५ टक्के क्षेत्र बागायती होते. आता ९५ टक्के क्षेत्र बागायती पिकांखाली आले असून, त्यात सुमारे ५० ते ६० टक्क्यांनी वाढ झाली आहे. गावात द्राक्षे, डाळिंब, लिंबू, ऊस, भाजीपाला अशी विविध पिके घेतली जातात. यंदा गावात द्राक्ष सुमारे तीनशे हेक्टर, डाळिंब ८०० हेक्टर, लिंबू ३०० हेक्टर, ऊस ५० हेक्टर, भाजीपाला पिके २००-२५० हेक्टर अशी विविध पिके उभी आहेत.

गावात सुमारे १०० शेततळी

गावात पावसाची सरासरी ६००-६५० मिलिमीटर आहे; परंतु पाच-सहा वर्षांपासून पाऊस कमी होत असल्यामुळे पाण्याची चांगलीच टंचाई भासत होती. त्यामुळे कमी पाण्यात पिके घेण्यासाठी शेतकऱ्यांनी कृषी विभागामार्फत १०० शेततळी घेतली आहेत. त्याचा लाभ सुमारे हजार ते बाराशे हेक्टर क्षेत्राला झाला आहे. सर्वाधिक लाभ फळबागांना झाला असून, फळबागांच्या क्षेत्रातही चार-पाच वर्षांत मोठ्या प्रमाणात वाढ झाली आहे.

पाणी कमी असल्यामुळे सात वर्षांपूर्वी शेततळे घेतले. तलावातील, कॅनॉलचे पाणी त्यात वापरून ठिबकद्वारे ते शेतीला दिले जाते. त्यामुळे सध्या मला २५ एकर क्षेत्र सिंचनाखाली आणता आले. लिंबू, ऊस, डाळिंब, द्राक्षे अशी पिके घेता आली.

रमेश लडकत

मला पाण्याचे महत्त्व आठ ते दहा वर्षांपूर्वी कळले होते. म्हणून गावात पहिल्यांदा शेततळे घेतले. त्याचा उपयोग पिकांना पाणी देण्यासाठी चांगला झाल्यामुळे पुन्हा गेल्या वर्षी दुसरे शेततळे घेतले आहे. त्यामुळे मला यंदा उन्हाळ्यातही विविध पिके जगवता आली.

बाळासाहेब खेतमाळीस

दोन-तीन वर्षांपूर्वी पाणीटंचाईत दर वर्षी उन्हाळ्यात पिके जळत होती. त्यामुळे गावाजवळ असलेल्या पारगाव तलावातील गाळ काढण्याचे काम हाती घेतले. त्यामुळे तलावातील पाणीसाठ्यात १०-१२ टक्के वाढ झाली. शेततळी झाल्याने उन्हाळ्यातही शेतकऱ्यांना द्राक्षे, डाळिंब, लिंबू ही पिके घेता आली.

शारदा हिरवे, सरपंच

संरक्षित पाण्याची सोय करून पारगावातील शेतकऱ्यांनी डाळिंब, द्राक्षे, लिंबू अशी विविध पिके घेतली आहेत.

पाण्याच्या योग्य नियोजनासाठी गावातील शेतकऱ्यांनी दोन वर्षांपासून कृषी विभागामार्फत शेततळी घेतली. त्याचा लाभ शेतकऱ्यांना झाला असून, भाजीपाला, फळबागा त्यांना घेता आल्या.

व्ही. बी. दारकुंडे, तालुका कृषी अधिकारी, श्रीगोंदा

गावात बहुतांश क्षेत्र सूक्ष्म सिंचनाखाली

पारगावातील शेतकऱ्यांचा तंत्रज्ञानाकडे कल वाढला असून, त्यानुसार शेतीमध्ये बदल केला जात आहे. शेतकरी कमी पाण्यात येणारी पिके घेऊ लागले आहेत. त्यात प्रामुख्याने फळबागांवर अधिक भर आहे. गावात कृषी विभागाच्या मार्गदर्शनाखाली गटशेतीची संकल्पना पुढे येऊ लागली आहे. सुमारे ९५ टक्के क्षेत्रावर शेतकऱ्यांनी सूक्ष्म सिंचनाचा अवलंब केला आहे.

चार पाणीवाटप संस्था

गावात चार पाणीवाटप संस्था स्थापन केल्या आहेत. यामध्ये माउली पाणीवाटप संस्था, सुद्रिकेश्वर पाणीवाटप संस्था, किसन कन्हैया पाणीवाटप संस्था, वडळी पारगाव पाणीवाटप संस्था यांचा समावेश आहे. या संस्था जेव्हा कॅनॉलला पाणी येते तेव्हा शेतकऱ्यांची मागणी विचारात घेऊन पाण्याचा समप्रमाणात पुरवठा करतात. त्यासाठी ठराविक रक्कमही शेतकऱ्यांकडून घेतली जाते. त्यामुळे शेतकरीही पाण्याचा काटेकोर पद्धतीने वापर करतात.

सुमारे ५० हेक्टरवर प्लॅस्टिक मल्चिंग

सध्या शेतकरी आधुनिक तंत्रज्ञानाचा अवलंब करत असून, शेततळे, ठिबक सिंचनाबरोबर आता प्लॅस्टिक मल्चिंगकडे वळू लागले आहेत. गावात सुमारे ५०-६० हेक्टरवर प्लॅस्टिक मल्चिंगवर

भाजीपाल्यासारखी पिके घेतली आहेत, त्यामुळे पाण्याचे बाष्पीभवन होण्याची प्रक्रिया कमी झाली आहे. आगामी काळात शेतकरी मोठ्या प्रमाणात प्लॅस्टिक मल्चिंगकडे वळणार आहेत.

पाणीदार पारगाव सुद्रीकची नवी ओळख

- शेततळे, तलावांमुळे बागायती क्षेत्रात वाढ
- गावात सुमारे ९०-९५ टक्के ठिबक सिंचन
- राज्यात सर्वाधिक शेततळ्यांचे गाव म्हणून पारगावची ओळख
- प्लॅस्टिक मल्चिंगवर शेतकऱ्यांचा भर
- गावात गटशेतीची संकल्पना येतेय पुढे

संपर्क : **शारदा हिरवे,** ९९६०३१७८५५, सरपंच, पारगाव सुद्रीक, जिल्हा अहमदनगर

(प्रकाशन दिनांक : ९ जुलै २०१४)

ओढे रुंदी-खोलीकरणातून गोजुबावी झाले हिरवेगार

वर्षानुवर्षे दुष्काळ आणि पाणीटंचाईचा सामना करणाऱ्या गोजुबावी (ता. बारामती, जि. पुणे) गावाने गेल्या दीड वर्षात समतल चर व ओढे रुंदी-खोलीकरणाची कामे लोकसहभागातून केली आहेत. गेल्या वर्षी पावसाचे पाणी शेतशिवारातच जिरल्याने गावाची पाणीपातळी उंचावली आहे. यंदा प्रथमच पिण्याच्या पाण्याचा टँकर बंद झाला आहे. रब्बीची पिके शाश्वत नसलेल्या या गावात यंदा शेतकऱ्यांनी उन्हाळी पिकेही यशस्वीरीत्या घेतली. यंदा अद्याप पाऊस झाला नसला तरी जिरायती गोजुबावी गाव हिरवेगार अन् पाणीदार झाले आहे.

संतोष डुकरे

पुणे जिल्ह्यात बारामती शहरापासून पाटसच्या दिशेला अवघ्या १२ किलोमीटरवर बारामती विमानतळाशेजारी गोजुबावी गाव आहे. गावाला नदी नाही. दोन ओढे आहेत; मात्र ते बाजूच्या शेतांमधून वाहून आलेल्या गाळाची थाप बसून सपाट झालेले. परिणामी जो पाऊस होई तो न जिरता वाहून जायचा. गावाच्या माथ्यावर वन विभागाचे सुमारे अडीचशे एकर काटेरी गायरान जंगल आहे. हे जंगल हाच गावच्या पाण्याचा मुख्य स्रोत. शासनामार्फत या जंगलात समतल चर खणण्यात आले आहेत. पावसाचे पाणी या चरांमध्ये जिरते. यातून १९७२च्या दुष्काळात खोदलेल्या एका पाझर तलावाला आणि आजूबाजूच्या शेतांनाही ओलावा मिळतो. मात्र मुळात पाऊस कमी आणि त्यातही वाहून जाणाऱ्या पाण्याचे प्रमाण मोठे असल्याने गावचा दुष्काळ, पाणीटंचाई आणि टँकर वर्षानुवर्षे कायम होते. ही परिस्थिती बदलण्याची सुरुवात झाली ती गेल्या वर्षी...

अशी झाली सुरुवात

बारामती येथे एन्व्हॅयर्नमेंटल फोरम ऑफ इंडिया ही स्वयंसेवी संस्था कार्यरत आहे. संस्थेच्या अध्यक्षा सौ. सुनेत्राताई पवार यांच्या नेतृत्वाखाली २०११ मध्ये टंचाईग्रस्त गावांच्या तलावांतील गाळ काढण्याचा कार्यक्रम मोठ्या प्रमाणात राबवण्यात आला. सुमारे पाच कोटी रुपयांहून अधिक खर्चाची कामे यातून झाली. यानंतर गेल्या वर्षापासून 'फोरम'मार्फत शिरपूर पॅटर्नच्या धर्तीवर बारामतीतील दुष्काळी

गावांमध्ये ओढ्यांचे रुंदीकरण व खोलीकरणाचे काम हाती घेण्यात आले. यासाठी संबंधित गावांना यंत्रसामग्री मोफत पुरवली जाते. गावाने त्याचा वापर करून ओढ्यांची कामे करून घ्यायची, असे या प्रकल्पाचे स्वरूप आहे. यातून गेल्या वर्षी गोजुबावीसह लोणी भापकर, मुर्टी, मासाळवाडी, जळगाव सुपे, बाबुर्डी व अंजनगाव या गावांत सुमारे १० किलोमीटर लांबीच्या ओढ्यांचे रुंदी-खोलीकरण करण्यात आले. गोजुबावीत गेल्या वर्षी 'फोरम'मार्फत दीड किलोमीटर, तर जिल्हा परिषदेमार्फत दोन किलोमीटर ओढ्यांचे असे काम झाले.

नाल्याने वाढवली भूजलपातळी

रुंदी-खोलीकरण करण्याचे निश्चित झाल्यानंतर गावातील शेतकऱ्यांचा गट शिरपूर तालुक्यातील जलसंधारणाचे हे काम स्वतः पाहून आला होता. स्थानिक परिस्थिती विचारात घेऊन ओढे सरासरी साडेतीन मीटरपर्यंत खोल करण्यात आले. अनेक ठिकाणी

ओढा रुंदी–खोलीकरणामुळे गावातील दुष्काळ हटला. अजूनही साडेसहा किलोमीटर ओढ्यांचे काम बाकी आहे. येत्या वर्षभरात उर्वरित कामे पूर्ण करणार आहोत.

कल्याणराव आटोळे,
सरपंच, गोजुबावी

पूर्वी गावात रब्बी ज्वारीचे पीकही समाधानकारक मिळत नव्हते. यंदा मात्र ज्वारी चांगली आली. उन्हाळ्यातही पिके घेणे शक्य झाले. पिण्याच्या पाण्याची चिंता मिटली आहे.

राघू मारुती आटोळे,
सदस्य, ग्रामपंचायत, गोजुबावी

गोजुबावी व लगतच्या गावांमध्ये झालेल्या जलसंधारण कामांमुळे भूजलपातळीत मोठी वाढ झाली.

एरवी जानेवारीपर्यंतच संपून जाणारे पाणी यंदा रब्बी व उन्हाळी हंगाम पार पडून यंदाच्या जुलैमध्येही शिल्लक आहे.

ओढ्यांवरील अतिक्रमणेही काढून टाकण्यात आली. ठराविक अंतरावर ओढ्यात माती-मुरमाचे बांध घालण्यात आले. यामुळे ओढ्यांमध्ये बंधाऱ्यांची साखळीही तयार झाली. या पाझर बंधाऱ्यांमुळे गावाची पाणी साठवण्याची व जिरवण्याची क्षमता मोठ्या प्रमाणात वाढलीच; शिवाय ओढ्याच्या दोन्ही बाजूंच्या विहिरींच्या पाणीपातळीतही मोठी वाढ झाली. गेल्या वर्षी झालेल्या कामाचा फायदा यंदा दिसून आल्याने शेतकऱ्यांत उत्साहाचे वातावरण आहे.

तालुक्यातील पाणीटंचाई कायमची संपुष्टात आणण्यासाठी फोरममार्फत काम सुरू आहे. तलावातील गाळ उपसा, ओढा रुंदी–खोलीकरणाबरोबरच जनजागृतीसाठी विद्यार्थी व शेतकरी केंद्रस्थानी ठेवून जलसंवर्धनाची मोहीम राबविण्याचा प्रयत्न आहे.

सौ. सुनेत्राताई पवार, अध्यक्षा,
एन्व्हॉयन्मेंटल फोरम ऑफ इंडिया,
बारामती

एन्व्हॉयर्न्मेंटल फोरमच्या माध्यमातून गावात पाणी आलंय. लोकसहभाग अजून वाढायला हवा. गवात वाढलेली पाणीपातळी पाहून सुरुवातीला झालेला विरोध हळूहळू मावळत आहे.

गजाबा भगवान सरक,
प्रगतिशील शेतकरी

रब्बी ठरला उत्साहाचा

गेल्या वर्षीपर्यंत गोजुबावीत उन्हाळ्यात दररोज टँकरच्या सात फेऱ्या सुरू होत्या. जानेवारीपर्यंत गावातले सर्व पाणी संपून जायचे. यंदा भूजलात वाढ झाल्याने मार्चअखेरपर्यंत बहुतेक विहिरी पूर्ण भरल्या होत्या. एप्रिल-मेमध्येही विहिरींचे पाणी फारसे कमी झाले नाही. आता पावसाळ्याचा सुरुवातीचा दीड महिना कोरडा गेल्यानंतर अद्यापही गावाला पाणीटंचाई जाणवलेली नाही. विहिरींत तसेच ओढ्यांत पुरेसा पाणीसाठा आहे. शेतकरी उपलब्ध पाण्याचा कार्यक्षम वापर करत आहेत. शेततळी उभारण्यासह डाळिंब, लिंबू अशा फळबागांना प्राधान्य देण्यात येत आहे. एरवी दाणे भरण्याच्या अवस्थेत वाळून

ओढा रुंदी-खोलीकरणामुळे गावाला जलसमृद्धीचा मार्ग उपलब्ध झाला.

जाणारी रब्बी ज्वारी मागील हंगामात उत्तम आली. रब्बी हंगामाची शाश्वती वाढली. काही शेतकऱ्यांनी उन्हाळी भुईमूग व चारा पिकांचे यशस्वी उत्पादन घेतले. गावात सेंद्रिय शेती उत्पादक गटांसह एकूण १५ शेतकरी गट कार्यरत आहेत, त्यांच्यामार्फत पाणी व्यवस्थापन जागृतीचे प्रयत्न सुरू आहेत.

शासकीय कर्मचाऱ्यांची हवी साथ

गोजुबावीच्या विकासकामात तलाठी, ग्रामसेवक, कृषी सहायक यांची पुरेशी साथ आवश्यक आहे. सर्वांनी मिळून मनावर घेतलं तर एका वर्षात गावाचा कायापालट होऊ शकतो, असे ग्रामस्थ म्हणतात. ओढ्यांवर अतिक्रमणे झाली आहेत. पूर्वी गावचे ओढे तीस-तीस मीटर रुंद होते. आता ते अवघ्या पाच, दहा फुटांपर्यंत लहान झालेत. रुंदी-खोलीकरण करताना अतिक्रमण झालेल्यांकडून विरोध होतो. अशा वेळी अतिक्रमण दूर करणे तर दूर...कोतवालही कामाच्या ठिकाणी उपस्थित राहतोच असे नाही. यामुळे विकासकामांची गती मंदावत असल्याची भावना शेतकरी व्यक्त करतात.

संपर्क : **कल्याणराव आटोळे,** सरपंच, ९८८१२७६९९९,
डॉ. महेश गायकवाड, एन्व्हॉयन्मेंटल फोरम ऑफ इंडिया, ९९२२४१४८२२
(प्रकाशन दिनांक : १२ जुलै २०१४)

नेवासे तालुक्याने जलसंधारणातून शोधले दुष्काळावर उत्तर

दुष्काळी स्थितीवर मात करण्यासाठी नेवासे तालुक्यात (जि. नगर) सर्वपक्षीय कार्यकर्ते, शेतकरी व ग्रामस्थांनी एकत्र येऊन म्हणजेच लोकसहभागातून जलसंधारणाचे भरीव काम केले. सुमारे तीन कोटी रुपये खर्चातून ३४० पाणी साठवण बंधाऱ्यांची खोली व रुंदी वाढवण्याचे मोठे काम यातून झाले आहे. केलेल्या कामांतून निघालेला साडेतेरा लाख ब्रास गाळ परिसरातील बाराशे एकर नापिक शेतात टाकण्यात आल्याने या शेतांत नव्या जोमाने पिके डोलणार आहेत.

विनायक दरंदले

सुमारे २६ टीएमसी क्षमतेच्या मुळा धरणाच्या लाभक्षेत्रात नेवासे तालुका (जि. नगर) आहे. सन १९७२ नंतर पाण्याची उपलब्धता झाल्यानंतर या भागाचा आर्थिक स्तर उंचावला. अनेक गावांत शेती बागायती झाली. मात्र, ही परिस्थिती कायम तशीच राहिली नाही. पाणीटंचाई किंवा दुष्काळाचे चटके परिसराला जाणवू लागले. यंदाच्या वर्षी फेब्रुवारीनंतर विहिरी तळ गाठू लागल्या. कूपनलिकाही उतरणीला लागल्या. सर्वांचेच धाबे दणाणले. आता काय? हाच प्रश्न सर्वांपुढे तयार झाला. तालुक्यात दोन साखर कारखाने असल्याने सर्वाधिक उसाचेच पीक घेतले जाते. दुष्काळाची चाहूल फेब्रुवारी- मार्चमध्येच लागल्याने राजकीय पक्षांच्या कार्यकर्त्यांसह शेतकरी, सेवाभावी संस्था, सहकारी संस्थांचे पदाधिकारी एकत्र आले. चर्चेतून उपाय शोधला. लोकसहभागातून जलसंधारणाची

मुळा कालव्यातून विशेष आवर्तनाद्वारे पाण्याने भरून घेतलेला बंधारा.

सांगवी येथील खडकाळ शेतात गाळ टाकण्यात आला आहे.

काही कामे सुरू केली. यात बंधारे दुरुस्ती, गाळ काढणे, काटेरी झाडे तोडणे, दरवाजा दुरुस्ती आदी कामांसंदर्भात विचारविनिमय झाला.

तालुक्यातील प्रमुख संस्था व शेतकऱ्यांनी आमदार शंकरराव गडाख यांची भेट घेऊन स्थितीची माहिती दिली. त्यानंतर दुष्काळ निवारण समितीची स्थापना करण्यात आली. प्रत्येक गावाला भेट देऊन तेथील गरज व आवश्यक कामांची पाहणी करण्यात आली. या पाहणी दौऱ्यानंतर लोकवर्गणीतून जेसीबी, ट्रॅक्टर, मजुरांच्या साह्याने जलसंधारण कामांची सुरुवात झाली.

तालुक्यातील विविध गावांत एकाच वेळी विविध कामे सुरू झाली. बंधाऱ्यातून काढलेला गाळ सांगवी, खडके, खरवंडी, अंतरवली, सुरेशनगर, सुकळी, फत्तेपूर, कौठा, चांदे, निपाणी, वडोली आदी गावांतील शेतकऱ्यांनी आपल्या शेतात स्वखर्चाने नेला. सुमारे साडेतेरा

महात्मा फुले जलभूमी संधारण अभियान व लोकसहभागातून हाती घेतलेल्या बंधारे दुरुस्ती व गाळ काढणीचा मोठा फायदा झाला. गाळ काढल्याने पाणीधारण क्षमता वाढली. सुपीक गाळ शेतात टाकल्याने उत्पादन वाढणार आहे. जमिनीत झिरप वाढून विहिरी व बोअरवेलना पाणी वाढले. बंधाऱ्यातील पाण्याने परिसरातील ऊस बेणे प्लॉट टिकतील व पुढील वर्षाच्या ऊस लागवडीला त्याचा फायदा होईल. कृषी विभाग व पशुसंवर्धन विभागाद्वारे चारा पिकाचे बियाणे वाटप केले होते. आता पाणी मिळाल्याने चारा उपलब्ध झाला. जनावरांना पाणी मिळाले. दूध व्यवसाय टिकून राहिला.

प्रमोद शिंदे, तालुका कृषी अधिकारी, नेवासे

कौतुकी नदीपात्रातील सर्व साखळी बंधारे दुरुस्त झाले, यामुळे पाणीक्षमता वाढली. आवर्तनाद्वारे बंधारे भरून घेतल्याने साखळी बंधाऱ्यांवर लाभधारक असलेल्या ३५० शेतकऱ्यांचे मोठे संकट टळले. विहिरी व कूपनलिकांचे पाणी वाढल्याने माणसे व जनावरांचा पाण्याचा प्रश्न मिटला, चाराही उपलब्ध होत आहे. दूध व्यवसाय स्थिर राहिल्याने स्थलांतर टळले.

डॉ. ज्ञानेश्वर दरंदले, शेतकरी, सोनई

जलसंधारणाच्या कामांसाठी यंत्रांचा वापर.

लाख ब्रास गाळ पाचशे साठ शेतकऱ्यांनी बाराशे एकर शेतात पसरवण्याचे काम केले. यातील बहुतांश शेती पाच ते पंधरा वर्षांपासून नापिक वा पडीक होती. काही शेती खडकाळ व मुरमाड होती. गाळ टाकून घेतल्याने शेतीची सुपीकता वाढण्यास मदत होणार आहे; तसेच हे क्षेत्र पीक घेण्यायोग्य होत आहे.

चारा आणि पाण्याचा प्रश्न मिटला

लोकसहभागातून तालुक्यातील ३४० बंधारे, गावतळे, पाझर तलाव, साखळी बंधारे दुरुस्त केले. हे बंधारे पाण्याने भरून घेण्यासाठी तीन हजारांहून अधिक शेतकऱ्यांनी घोडेगाव (ता. नेवासे) येथे रास्ता रोको आंदोलन केले. जिल्हाधिकारी कार्यालयासमोर उपोषण केले. पालकमंत्र्यांच्या मध्यस्थीने मुंबई येथे

दुष्काळात शेती उजाड होईल हे लक्षात घेऊन एक एकर क्षेत्रावर शेततळे केले. भाजीपाला, चारा, फळबाग व उसाच्या शेतीला ठिबक सिंचन केले. शेताजवळचे बंधारे भरले. शेततळे भरून घेतले. यामुळे ग्रामस्थ व जनावरांचा पाण्याचा प्रश्न मिटला. माझे फळबागांचे होणारे लाखो रुपयांचे नुकसान टळले. पावसाळ्यात या बंधाऱ्यांचा मोठा फायदा होईल. लोकसहभागातून साकारलेला हा प्रकल्प आमच्या गावासाठी देवदूतासारखाच ठरला.

सुभाष टेमक, शेतकरी, करजगाव

माझी दोन एकर शेती दहा वर्षांपासून नापिक होती. जमिनीत क्षारांचे प्रमाण खूप झाल्याने या शेतात पीक घेणेच बंद होते. दोन एकर क्षेत्रात शंभर ट्रॅक्टर ट्रॉली गाळ टाकून घेतला. पन्नास हजार रुपये वाहतूक खर्च आला. गाळ टाकून घेतल्याने जमीन सुपीक होणार आहे. आता पिके घेणे सोपे होणार असल्याने खूप समाधान झाले. जलसंधारण कामांचे महत्त्व पटले आहे. शेतात टाकलेला गाळ पाहण्यासाठी परिसरातील शेतकरी शेताला भेट देऊ लागले आहेत; त्यांनाही या कामांची प्रेरणा मिळणार आहे.

अरुण जेम्स, शेतकरी, सांगवी

जलसंपदामंत्री सुनील तटकरे यांची शेतकऱ्यांनी भेट घेऊन स्थितीची माहिती दिली. त्यानंतर बंधारे भरून घेण्यासाठी मुळा धरणातून आवर्तन सोडून सर्व बंधारे भरून घेण्यात आले. दुरुस्तीनंतर सहाशे दशलक्ष घनफूट पाणीक्षमता वाढली. पन्नासहून अधिक गावांचा पिण्याच्या पाण्याचा प्रश्न मिटला. अनेक गावांत सुरू केलेले टँकर बंद झाले. तालुक्यात झालेले जलसंधारणाचे काम पाहण्यासाठी राज्याचे ग्रामविकास मंत्री जयंत पाटील यांनी सांगवी, खरवंडी, वडाळा येथील बंधाऱ्याला भेट देऊन झालेल्या कामांची प्रसंशा केली.

हांडे निमगाव (ता. नेवासे) येथील पूर्वीचा दुरवस्था झालेला बंधारा.

प्रकल्पांतर्गत झालेली कामे

साठवण बंधारे	१५५
पाझर तलाव	१७
गावतळे	२३
साखळी बंधारे	१४५

लोकसहभागातून घडल्या अनेक गोष्टी

- प्रत्येक गावात एकजुटीचे दर्शन
- लाभ होणार १८,६०० एकर क्षेत्राला
- लाभधारक शेतकरी - सुमारे १०,४१३
- बारा गावांतील पाण्याचे टँकर बंद
- बाराशे एकर शेतीत गाळ टाकल्याने जमीन शेतीयोग्य होणार
- पाचशे साठ शेतकऱ्यांनी शेतात गाळ पसरवला
- विहिरी व कूपनलिकांना पाणी वाढले
- ३० ते ३५ वाड्या-वस्त्यांचे स्थलांतर वाचले

संपर्क : **प्रमोद शिंदे,** तालुका कृषी अधिकारी, नेवासे, ९६०४३५६३३४

(प्रकाशन दिनांक : १२ मे २०१३)

पाणलोट कामांतून झाले लोधवडे जलस्वयंपूर्ण

सातारा जिल्ह्यात सर्वाधिक दुष्काळाच्या झळा माण तालुक्याला बसतात. सध्या या तालुक्यातील अन्य गावांना पाणीटंचाई भासत असताना लोधवडे गाव मात्र या परिस्थितीला अपवाद आहे. गावात लोकसहभागातून झालेल्या जलसंधारणाच्या कामांमुळे गावात चांगल्या प्रमाणात पाणी उपलब्ध आहे. शेतकऱ्यांना बागायती शेती करणे शक्य होत आहे. पाण्याबाबत स्वयंपूर्ण होऊन अन्य गावांनाही पाणी पुरवण्याचे आदर्श काम लोधवडे गावाकडून झाले आहे.

विकास जाधव

सातारा जिल्ह्यात सातारा-पंढरपूर रस्त्यावर गोंदवलेपासून चार ते पाच किलोमीटरवर लोधवडे गाव आहे. गावाची लोकसंख्या साधारणपणे दोन हजार आहे. सन १९९३-९४ मध्ये हे गाव आदर्श गाव या योजनेत सहभागी झाले. गावाने नशाबंदी, कुऱ्हाडबंदी, नसबंदी, चराईबंदी असा कार्यक्रम राबवला. लोकसहभागाच्या जोरावर राज्य शासनाच्या ग्रामस्वच्छता अभियानात राज्यात तिसरा, निर्मलग्राम व राष्ट्रीय ग्रामस्वच्छता अभियानात पहिला पुरस्कार मिळवला. पुरस्कार मिळवत असताना दुष्काळामुळे शेती तसेच पिण्याच्या पाण्याची टंचाई भासत होती.

जलसंधारणाबाबत जागरूकता

कायमची दुष्काळमुक्ती करण्यासाठी जलसंधारणाची कामे केली पाहिजेत, याबाबत लोधवडे ग्रामस्थांत जागरूकता निर्माण झाली. या गावचे सुपुत्र व माजी कृषी आयुक्त प्रभाकर देशमुख यांच्या मार्गदर्शनाखाली ग्रामसभा घेण्यात आली. पाण्याबाबत स्वयंपूर्ण होणे, विद्यार्थ्यांच्या उज्ज्वल भविष्यासाठी उत्तम शिक्षण, अशी अनेक उद्दिष्टे त्यात ठरविण्यात आली. जलसंधारणातून विकास साधण्याबाबत ग्रामस्थांत आत्मविश्वास दृढ झाला. शासनाच्या निधीवर अवलंबून न राहता ग्रामस्थांनी श्रमदान करून लोकसहभाग दाखवला. ग्रामसभेत पाणलोट समिती स्थापन करण्यात आली. या समितीवर दिलीप चव्हाण यांची अध्यक्षपदी निवड करण्यात आली. याच दरम्यान इंडो-जर्मन

> **मी २००७ पासून डाळिंब पीक घेण्यास सुरुवात केली. सुरुवातीस पाणी कमी असल्यामुळे हे क्षेत्र कमी होते. जसजशी पाण्याची उपलब्धता वाढत गेली, तसतसे डाळिंबाच्या क्षेत्रात वाढ करणे शक्य झाले. पाणलोटाच्या कामांमळे शेतीला मुबलक पाणी उपलब्ध झाले आहे. सध्या अकरा एकर डाळिंबाची बाग असून, सर्व बागेला पाणीपुरवठा होत आहे.**
>
> **अनिल त्रिंबके,** शेतकरी

प्रकल्पाचे फादर रॉबर्ट डिकोस्टा यांनी गावाला दिलेली भेट दिशादर्शक ठरली. ग्रामस्थांमधील एकजूट व श्रमाची तयारी लक्षात घेऊन पुणे येथील सर्वांगीण व अधिवासी विकास संस्थेच्या माध्यमातून स्वित्झर्लंडमधील रोनाल्ड फुटिंग यांनीही गावाच्या विकासाला हातभार लावला.

पाणलोटाचे काम तीन विभागांत

पाणलोट समितीचे गतिमान पाणलोट, नंदनवन व हरियाली पाणलोट असे तीन विभाग करून कामांना सुरुवात करण्यात आली. यामध्ये सलग समतल चर, बांधबंदिस्ती, उताराला आडवी पेरणी, बांधावर गवत लागवड, त्यानंतर वेगवेगळ्या पद्धतीचे बंधारे याप्रमाणे कामे करण्यात आली. यामुळे पडणारा पावसाचा थेंबन् थेंब जमिनीत मुरला जात आहे. या पाणलोटामुळे एकट्या लोधवड्यात ४० कोटी ९३ लाख लिटर पाणीसाठा तयार झाला. या गावाने अन्य गावांसाठीही पाणीपुरवठा केला. गावाच्या विकासासाठी विद्यमान सरपंच सुजाता माने, उपसरपंच दादासाहेब माने, दिलीप चव्हाण, विजय घोलप, जनार्दन मेढ यांनी परिश्रम घेतले.

पाणलोटातून झालेली महत्त्वाची कामे

- एक मीटर रुंद व एक मीटर खोल चर काढण्यात आले.
- सलग समतल चरांचेही काम झाले.
- ४९५ हेक्टर क्षेत्रात बांधबंदिस्ती करण्यात आली.
- तीन गॅबियन पद्धतीचे बंधारे बांधले.
- एक तलाव, दोन पाझर तलाव उभारले.
- दगडी बांध ६०, तर २८ माती नाला बांध उभारण्यात आले.
- एकाच ओढ्यावर १२ सिमेंट बंधारे बांधले.
- एक भूमिगत बंधारा उभारला.

लोधवडेतील विकासकामांची वैशिष्ट्ये

- फक्त पिण्याच्या पाण्यासाठी बोअरवेल घेण्यास परवानगी दिली जाते.
- सन १९९३पासून आजपर्यंत गावपरिसरात सुमारे ३२ हजार रोपांची लागवड लोकसहभागातून करण्यात आली. रोपे जगवण्याचाही तेवढाच प्रयत्न होत आहे.
- पाणलोटाच्या कामांमुळे गावपरिसरातील ६०२ हेक्टर क्षेत्र ओलिताखाली आले.
- गावात सध्या ४०० एकर क्षेत्र उसाखाली आहे.
- पूर्वी गावात अवघे ३०० लिटरपर्यंत दूध उत्पादन व्हायचे, आता त्यात लक्षणीय वाढ झाली आहे.
- ऊस व केळी पिकासाठी पाणी जास्त लागत असल्याने ठिबक किंवा स्प्रिंकलरबाबत प्रबोधन करून ठिबक सिंचनाच्या क्षेत्रात वाढ केली.
- ठिबक व स्प्रिंकलर सिंचनासाठी शासनाचा ५० टक्के, ग्रामपंचायत २५ टक्के, तसेच संबधित शेतकऱ्याचा २५ टक्के हिस्सा या पद्धतीने रचना केली. या कामातून पाण्याची बचत मोठ्या प्रमाणात करण्यात आली आहे. आतापर्यंत सूक्ष्मसिंचन पद्धतीच्या शंभर संचांचे वाटप करण्यात आले आहे.
- लोधवडे गावातील पाणलोट कामांमुळे शेजारील गोंदवले, पिंपरी या गावांच्या पाणीपातळीत वाढ झाली.

कोणतीही योजना असली तरी लोधवड्यातील सर्व ग्रामस्थ एकत्र येऊन काम करतात, त्यामुळे सर्व योजना यशस्वी होतात, असा अनुभव आम्हाला आहे. पाण्याबाबतच्या सर्व नियमांचे पालन होते, त्यामुळे पाण्याचा पुरेपूर वापर करण्याबरोबर गावात बागायती क्षेत्रातही वाढ झाली आहे. पाणीटंचाईमुळे अनेक ग्रामस्थांना उदरनिर्वाहासाठी शहराचा रस्ता धरावा लागला होता. मात्र पाण्याच्या उपलब्धतेमुळे अनेक जण माघारी येऊन उत्तम शेती करत आपले जीवन समाधानाने जगत आहेत.

दिलीप चव्हाण,
पाणलोट समिती अध्यक्ष

शेतीत प्रगती करण्याची मोठी इच्छा आहे. पाण्यासाठी मोठ्या प्रमाणात बोअरवेलही घेतल्या होत्या. मात्र पाणी पुरत नसल्यामुळे शेतीत मर्यादा येत होत्या, समाधानकारक उत्पन्न मिळत नव्हते. पाणलोटाची कामे झाल्यापासून विहिरींच्या पाणीपातळीत वाढ झाली आहे. बारमाही पिके घेणे शक्य झाले आहे. माझ्याकडे तीन एकर ऊस असून, गावात चारशे एकरांवर उसाचे क्षेत्र गेले आहे.

भगवान माने, शेतकरी

अन्य गावांना पाणी पुरवण्याच्या हेतूने टँकर भरण्यासाठी विहिरीवर 'फिंडिग पॉईट' निश्चित करण्यात आला आहे. पाणलोट समिती अध्यक्ष दिलीप चव्हाण विहिरीची पाहणी करताना.

दुष्काळात इतरांना पाणी देणारे गाव

लोधवडे गावात २००३ पर्यंत टँकरद्वारे पाणीपुरवठा केला जात होता. पाणलोटाची कामे झाल्यानंतर जो पाऊस झाला, त्यामुळे विहिरींच्या पाणीपातळीत वाढ झाली. मागील तीन वर्षांत सर्वच तालुक्यांत टँकरद्वारे पाणीपुरवठा होत होता; मात्र लोधवड्यात पाणलोटामुळे मुबलक पाणी होते. या गावातील विहिरींची पाणीपातळी चांगली होती. येथून दुष्काळात २५०० टँकर पाणी दुष्काळी गावांना देण्यात आले. आजही विहिरींतील पाणीपातळी चांगली आहे. यंदाच्या वर्षी समाधानकारक पाऊस झालेला नसला तरी पिण्याच्या पाण्याची टंचाई भासणार नसल्याचे ग्रामस्थ सांगतात.

संपर्क : **दिलीप चव्हाण,** अध्यक्ष, पाणलोट समिती, लोधवडे, ९९२२६४३५७४
(प्रकाशन दिनांक : १४ जुलै २०१४)

दुष्काळी काराजनगीच्या तलावांत बारमाही पाण्याची झाली सोय

सांगली जिल्ह्यातील काराजनगी (ता. जत) या जतपासून १४ किलोमीटर अंतरावर असणाऱ्या छोट्याशा गावात सकाळ रिलीफ फंड व ग्रामस्थांच्या सहकार्याने तलावातील गाळ काढण्यात आला. यामुळे तलावात बारमाही पाणीसाठा झाला आहे. याचा फायदा ग्रामस्थांना होत आहे. सकाळ रिलीफ फंड, तनिष्का गट, ग्रामपंचायत व ग्रामस्थांच्या एकत्रित प्रयत्नांतून सदैव कोरड्या राहणाऱ्या तलावात आता चांगला पाणीसाठा झाला आहे.

राजकुमार चौगुले

राज्यातील सर्वांत मोठे क्षेत्रफळ असणाऱ्या जत तालुक्यातील (जि. सांगली) काराजनगी हे दुष्काळी गाव. जतपासून १४ किलोमीटरवर असलेल्या या गावाची लोकसंख्या सुमारे अडीच हजार आहे. गावात तब्बल १४२ विहिरी, नऊ हातपंप, पाणीपुरवठा योजना, दोन पाझर तलाव आहेत. पाण्याच्या सोयीबाबत जलस्रोतांची आकडेवारी पाहिल्यास गावात पाण्याची अडचण नसावी असे चित्र प्रथमदर्शनी समोर येते; पण चित्र नेमके उलट आहे. काही जलस्रोत सोडले, तर या गावात पिण्याच्या पाण्याची समस्या उभारली होती. बहुतांश जलस्रोत आटले होते. आश्चर्य म्हणजे गावात मध्यभागी हनुमान मंदिरामागे सुमारे चार फूट खोलीचा झरा आहे, त्याला बारमाही पाणी असते; पण ते पाणी इतके खराब आहे, की त्याचा वापर कशालाही होऊ शकत नाही.

गावात पाच एकरपेक्षा जास्त शेती असणारे सुमारे तीनशे शेतकरी आहेत. एकूण साडेपाचशे

दोन वर्षांपूर्वी तलावातील गाळ काढण्यामध्ये मोठ्याप्रमाणावर महिलांचा सहभाग होता.

तनिष्का गटातून जनजागृती

गावात सकाळ तनिष्का उपक्रमाद्वारे महिलांचे तीन गट तयार झाले आहेत. गावातील अनेक महिला या गटांच्या माध्यमातून एकत्र आल्या. एकत्र काम केल्यास गावाचा फायदा होऊ शकतो, या दृष्टीने गटातील सदस्यांनी गावातील अन्य महिलांना प्रोत्साहित केले.

खातेदारांपैकी निम्मे शेतकरी हे पाच एकरपेक्षा जास्त क्षेत्र असलेले आहेत; पण शेतीच्या दृष्टीने गावात फारसा उत्साह दिसत नव्हता. याला कारण म्हणजे सिंचनाचा अभाव हेच होते.

गावच्या ग्रामस्थांनी दाखवली एकी... 'सकाळ'चे मिळाले बळ

दोन वर्षांपूर्वी सकाळ माध्यम समूहाने काराजनगी गाव दत्तक घेतले. तिथे लोकसहभागातून श्रमदान झाले. गावापासून दीड किलोमीटरवर असणारा गडाणी हा मोठा तलाव व गावाशेजारील छोटा तलाव अशा दोन्हींतील गाळ काढण्यात आला. त्यातून किमान खर्चासाठी तरी पाणी मिळण्याची सोय या निमित्ताने गावाला झाली.

'सकाळ'ने गावनिश्चितीपूर्वी परिसराचे सर्वेक्षण केले होते. त्यानंतरच काराजनगी येथे काम करण्याची अधिक संधी असल्याचे लक्षात आल्यावर 'सकाळ'ने हे गाव दत्तक घेण्याचे ठरवले. ग्रामस्थांना याची कल्पना देण्यात आली. ग्रामस्थांची एकी करण्यास बरीच मेहनत घ्यावी लागली. होणाऱ्या

काराजनगी, जि. सांगली येथील तलाव पूर्वी असा कोरडा पडला होता.

जलसंधारणाच्या कामांबाबत त्यांच्यात विश्वास निर्माण करावा लागला. ज्या दिवशी कामाचा प्रारंभ झाला, त्या दिवसापासूनच ग्रामस्थांनी एकीचे प्रत्यंतर घडवले. गावातील तलावातील गाळ काढण्यात त्यांनी स्वतःहून पुढाकार घेतला. भर उन्हात गावाच्या विकासासाठी महिलांनीही ट्रॉलीमध्ये मुरूम टाकत झपाटून काम सुरू केले. सकाळ माध्यम समूहाचे अर्थसाह्य व ग्रामस्थांच्या एकीच्या माध्यमातून काम तातडीने पूर्ण झाले.

तलावांतील पाण्याने गावकऱ्यांत उत्साह भरला

दोन्ही तलावांतील गाळ काढल्यानंतर वळवाच्या पावसाने पहिल्यांदाच गेल्या वर्षी दोन्ही तलाव पूर्ण भरले. हे तलाव भरल्यानंतर ग्रामस्थांत मोठा उत्साह संचारला. हे पाणी पिण्यायोग्य नसले तरी गावातील विहिरी, कूपनलिकांचे पाणी वाढण्याच्या दृष्टीने खूप महत्त्वाचे होते. याचा फायदा साहजिकच झाला.

गाळमुक्त तलावामुळे साचले पाणी

गडाणी तलावाच्या शेजारी चार ते पाच विहिरी आहेत,

सकाळ माध्यम समूहाने आमच्यात ऊर्जा आणली. त्यांनी केलेल्या मदतीमुळे आमच्यामध्ये आत्मविश्वास आला. गाळ काढण्याच्या वेळी काही अडचणीही आल्या. गाळ काढण्याचे काम करण्यापूर्वी काही शेतकऱ्यांना कामाचे स्वरूप समजावून सांगावे लागले. गावालाच पाणी मिळणार असल्याने अनेकांनी समजूतदारपणा दाखवत कामांत मदत केली. या सहकार्यामुळेच आज तलावांमध्ये पाणीसाठा होण्यास मदत झाली. येथून पुढील काळातही गावातील पाणी जास्तीत जास्त टिकून राहावे, यासाठी आमचे प्रयत्न राहणार आहेत.

संजय चौगुले,
उपसरपंच, काराजनगी

तसेच काही कूपनलिकाही आहेत. या तलावात पाणी साठून राहिल्याने त्याचा फायदा शेजारील विहिरींची पाणीपातळी वाढण्यावर झाला आहे. गाळामुळे तलाव भरून गेल्याने पाणी फारसे साठत नव्हते; पण आता तलाव गाळमुक्त झाल्याने पाणी साठून राहते.

सात हेक्टरवर नवीन झाडांची लागवड

तलावाच्या आजूबाजूच्या सात हेक्टर क्षेत्रावर गेल्या वर्षी ग्रामपंचायतीच्या वतीने नवीन झाडे लावण्यात आली आहेत. आंबा, निलगिरी, डाळिंब आदींसह विविध फळझाडांची लागवड करण्यात आली आहे. या झाडांचे वन तयार करून तलावाभोवती वनराई फुलविण्याचे प्रयत्न ग्रामपंचायतीच्या वतीने होत आहेत. दुर्लक्षिलेल्या दुष्काळी काराजनगी या गावाच्या दृष्टीने ही वनराई फुलल्यास त्याचा फायदा सर्वांनाच होणार आहे.

पाणीसाठा झालाय दुप्पट

दोन्ही तलावांतील गाळ काढल्यानंतर काही दिवसांतच या परिसरात वळवाचा जोरदार पाऊस झाला. यापूर्वी वळवाचा पाऊस झाला, तर पाणी साचायचे; पण प्रचंड गाळ असल्याने काही दिवसांतच पाणी आटायचे. याचा फायदा कोणालाच व्हायचा नाही. यामुळे तिकडे कोणाचे लक्षही नव्हते. दहा ते पंधरा दिवसांतच पाण्याचे अस्तित्व नाहीसे व्हायचे. सध्या मात्र तशी स्थिती नाही. गेल्या वर्षभरापासून दोन्ही तलावांत पाणी आहे. एका तलावात कमी साठा असला तरी पाणी टिकून राहिले आहे. गावाजवळच्या तलावातून सांडव्यापर्यंत पाणी आहे, तर गडाणी या तलावात चौदा टीसीएम इतका पाणीसाठा झाला आहे. आतापर्यंत दोन्ही तलावांतून सुमारे पाच हजार ब्रास गाळ काढण्यात आला आहे.

वैशिष्ट्य काराजनगीचे

- 'सकाळ माध्यम समूहा'च्या कार्यामुळे गावात उत्साह
- दोन्ही तलावांतील गाळ काढल्याने उन्हाळ्यातही पाणीसाठा
- खर्चासाठी पाण्याचा होतोय वापर
- परिसरातील विहिरींना पाणी आल्याने त्याचा शेतकऱ्यांना फायदा

(प्रकाशन दिनांक : १६ जुलै २०१४)

सातारा जिल्ह्याने केली जुन्या ३५ पाझर तलावांची दुरुस्ती

सातारा जिल्ह्यातील पाझर तलाव दुरुस्तीचा पॅटर्न राज्यात पथदर्शी ठरेल असा राबवला गेला आहे. गेल्या वर्षी जिल्हा वार्षिक नियोजनातून सुमारे एक कोटी रुपयांचा निधी खर्चून जिल्ह्यातील ३५ पाझर तलावांची दुरुस्ती करण्यात आली, त्यातून अंदाजे १५० दशलक्ष घनफूट शाश्वत पाणीसाठा होणार आहे. यामध्ये जलरोधी चर दुरुस्ती व तलावांमधील सांडव्यांची दुरुस्तीही करण्यात आली आहे.

अमोल जाधव

पाझर तलाव हे जलसंधारणाचे प्रभावी साधन आहे. मोठी धरणे, उपसा सिंचन योजना यांच्या तुलनेत जुन्या पाझर तलावांच्या दुरुस्तीकडे अधिक लक्ष दिल्यास जलसंधारणाचे काम अधिक प्रभावी होऊ शकते. नवीन पाझर तलावाची निर्मिती करण्यासाठी अंदाजे किमान ६० ते ७० लाख रुपये खर्च अपेक्षित आहे. जमिनीची खरेदी व पुनर्वसनाबाबतच्या समस्या वेगळ्याच आहेत, त्यामुळे मूळ अस्तित्वात असलेले पाझर तसेच ग्राम तलावांची दुरुस्ती कमी खर्चात साध्य होऊ शकते.

पार्श्वभूमी तलाव दुरुस्तीची

सातारा जिल्ह्यात अकरा तालुके आहेत. यापैकी माण, खटाव कायम दुष्काळी; तर फलटण, कोरेगाव, खंडाळा तालुक्यांतील बऱ्याचशा भागाला दुष्काळाच्या झळा सोसाव्या लागतात. सन १९७२ च्या दुष्काळात व तद्नंतर जिल्ह्यात ४५५ ग्राम तलाव व पाझर तलाव ७३६ असे एकूण ११९१ तलाव बांधण्यात आले. एकूण पाझर तलावांच्या ९० टक्के तलावांची बांधणी १९७२ च्या दुष्काळात रोजगार हमी योजनेअंतर्गत रोजगार उपलब्ध करून देण्याच्या उद्देशाने करण्यात आली. या तलावांना जलरोधी चर घेतले नव्हते. तलावातील भरावाच्या मध्यभागी गाभ्यामध्ये काळी माती भरलेली नव्हती. कामांसाठी मनुष्यबळ वापरल्याने रोलिंगने दबाई झाली नव्हती. भरावात दगड, गोटे, कठीण मुरूम आदींचा वापर

धनगरवाडी (ता. कोरेगाव) येथील पाझर तलाव दुरुस्तीनंतर बदललेली स्थिती.

झाल्याने भरावामधून पाण्याची गळती व सांडव्यांची दुरवस्था झाल्याने पाणीसाठ्यामध्ये लक्षणीय घट आढळली होती. तलावांमधून पाणी पाझरावे म्हणून काही भरावांमध्ये दगड-गोटे भरून पोकळी ठेवण्यात आली होती. कालांतराने त्यातून मोठ्या प्रमाणात पाण्याची गळती सुरू होती.

तलावांच्या दुरुस्तीच्या दिशेने

- निधी प्राप्त नसल्याने दुरुस्तीअभावी तलाव निरुपयोगी होण्याच्या मार्गावर होते.
- सन २०११च्या पावसाळ्यात पाऊस न झाल्याने जिल्हा प्रशासनाने पाझर तलावांच्या दुरुस्तीचा कार्यक्रम हाती घेतला.
- दुरुस्तीच्या कामाकरिता जलसंपदा विभागाकडील यांत्रिकी विभागाची यंत्रसामग्री ५० टक्के सवलतीच्या दराने उपलब्ध केली.
- सुरुवातीस माण, खटाव व कोरेगाव या तालुक्यांतील पाझर तलावांच्या दुरुस्तीस प्राधान्य दिले.
- त्यानुसार जिल्हा वार्षिक योजनेतून असा दिला निधी -
- २०११-१२ - ५० लाख रुपये
- २०१२-१३ - एक कोटी ५० लाख रु.
- २०१३-१४ - तीन कोटी रु. (यंत्रसामग्री खरेदीकरिता)

जलरोधी चर तंत्राने थांबली पाण्याची गळती

जुन्या तलावांना जलरोधी चर घेण्यात न आल्याने तलावांच्या पायामधून मोठ्या प्रमाणावर गळती सुरू होती. मूळ नालाप्रवाहात वाळूचे थर असल्याने तलाव भरल्यानंतर गळती होऊन केवळ एक महिन्याच्या अवधीत रिकामे व्हायचे.

जलरोधी तंत्रात तलावाच्या भरावाच्या आतील बाजूस पाझर तलावाच्या लांबीची व चार मीटर रुंदीची, तसेच कठीण खडक लागेपर्यंत खोली घेऊन यंत्राच्या साहाय्याने खोदाई केली, त्याद्वारे चरामध्ये काळी माती भरून पाणी मारून रोलरच्या साहाय्याने दबाई केली. पाण्याचा दाब तलावाच्या पायात जास्त असतो. आता पायामधून होणारी गळती या कामांमुळे पूर्ण बंद झाली आहे, त्यामुळे फेब्रुवारी ते मार्चपर्यंत पाणी टिकण्यास मदत झाली आहे.

दृश्य परिणाम - जिल्ह्यातील टंचाईग्रस्त तालुक्यांमधील माण, खटाव, कोरेगावमधील विविध गावांत ३५ पाझर तलावांची दुरुस्ती या कामांद्वारे पूर्ण करण्यात आली.

सातारा जिल्ह्यात पाझर तलाव दुरुस्तीचा राज्यातील पहिला प्रयोग सुरू केला. चालू वर्षअखेरपर्यंत १०० तलाव पूर्ण करावयाचे उद्दिष्ट आहे. जिल्ह्यात ११९१ पाझर व ग्राम तलाव आहेत. टप्प्याटप्प्याने तलावांची दुरुस्ती सुरू आहे. मागील वर्षीचा चांगला अनुभव होता. दुरुस्त झालेल्या तलावांत जास्त दिवस पाणी साठले, त्याचा फायदा रब्बीतील पिकांसाठी झाला. तलाव परिसरातील पिण्याच्या पाण्याचा प्रश्नही मिटला. कमी खर्चात जुन्या पाझर तलावांची दुरुस्ती झाल्याने शासनाला जिल्ह्यात नव्याने जलसंधारणासाठी फारसे प्रयत्न करावे लागणार नाहीत.

डॉ. रामास्वामी एन,
जिल्हाधिकारी, सातारा

झालेले फायदे

- सन २०१२च्या पावसाळ्यात काही ठिकाणी पाऊस झाल्यामुळे दुरुस्त करण्यात आलेल्या पाझर तलावांत साठलेले पाणी फेब्रुवारी- मार्चपर्यंत टिकून होते. मुरलेल्या पाण्यामुळे विहीर, कूपनलिकांची पाणीपातळी वाढवण्याकरिता त्याचा फायदा झाला आहे.
- पाझर तलाव फेब्रुवारीच्या अखेरीस आटून रिकामे होणे अपेक्षित असते, जेणेकरून मार्चनंतर वाढलेल्या उष्णतेमुळे पाण्याचे बाष्पीभवन होऊन पाणी वाया जाऊ नये. फेब्रुवारीपर्यंत जमिनीत मुरलेले पाणी पावसाळ्यापर्यंत पुरू शकते. त्याप्रकारचे परिणाम तलाव दुरुस्तीनंतर मिळाले आहेत.
- या वर्षी माण तालुक्यात १४, खटावमधील ६, कोरेगावमधील १५ असे एकूण ३५ तलाव

तलावाच्या दुरुस्तीनंतर नागेवाडी तलावात वाढलेला पाणीसाठा.

दुरुस्त करण्यात आले.

- त्यामुळे अंदाजे १०५ दशलक्ष घनफूट शाश्वत पाणीसाठा सुमारे एक कोटी रूपये इतक्या कमी खर्चात झाला.
- जलरोधी चर तंत्राद्वारे दुरुस्त केलेल्या पाझर तलावांच्या सांडव्यांची दुरुस्तीही महात्मा फुले जलभूमी अभियानातून १ कोटी २४ लाख रुपये खर्चून केली. सांडव्यांची उंची वाढवल्याने पाणीपातळी वाढली.
- १६ पाझर तलावांची कामे प्रगतिपथावर आहेत. मागील वर्षी पूर्ण झालेली ३५, तसेच चालू वर्षी पूर्ण करावयाची ६५ अशा एकूण १०० पाझर तलावांची दुरुस्ती पूर्ण झाल्यानंतर अंदाजे ३०० दशलक्ष घनफूट शाश्वत पाणीसाठा होणार आहे.

जिल्हाधिकारी डॉ. रामास्वामी एन., मुख्य कार्यकारी अधिकारी अभिजित बांगर यांचे योगदान या कामांत महत्त्वाचे ठरले आहे. जिल्हा परिषद लघु पाटबंधारे विभागाचे कार्यकारी अभियंता एन. एन. सुपेकर, यांत्रिकी विभागाचे कार्यकारी अभियंता एस. डब्ल्यू. काझी यांचे मार्गदर्शन व देखरेख मोलाची ठरली.

संपर्क : **ए. बी. गोरे,** उपअभियंता, यांत्रिकी विभाग, ९४२३७८७८७५

(प्रकाशन दिनांक : १६ जून २०१३)

लोकसहभागातून घडली किवळमध्ये जलक्रांती

किवळ (ता. कऱ्हाड, जि. सातारा) गावाने लोकसहभागातून विविध विभागांच्या योजना राबवत जलसंधारणाचे विविध उपाय राबवले. परिणामी, पिण्याच्या पाण्यासाठी टँकरग्रस्त असलेले किवळ गाव टँकरमुक्त झाले. शेती बारमाही झाली. खोल समतल चरी, शेतांची बांधबंदिस्ती, साखळी पद्धतीने माती व सिमेंट नालाबांध, साठवण तलावांच्या माध्यमातून गावालगतच्या डोंगरउतारावरील क्षेत्रात जलस्रोत बळकटीकरण झाले. शेतकऱ्यांच्या चेहऱ्यावर आता आनंद फुलला आहे.

अमोल जाधव

कऱ्हाड शहरापासून उत्तरेस सुमारे १९ किलोमीटरवर तिन्ही बाजूंनी डोंगररांगांलगत किवळ हे सुमारे तीन हजार लोकसंख्येचे गाव आहे. पावसाळ्यात जे पाणी पडेल व अडेल तोच काय तो गावाला पाण्याचा स्रोत. गावाची तालुक्याच्या कृषी व महसूल विभागाकडे दुष्काळी गाव म्हणून नोंद होती. सिंचनाची मोठी सोय नाही. गावाचे एकूण क्षेत्र १,७०४ हेक्टर आहे. खरिपात ज्वारी, सोयाबीन; तर रब्बीत ज्वारी, गहू व काही क्षेत्रावर हरभरा ही पीक पद्धत आहे. गावात विहिरीद्वारा लोकांना पिण्याच्या पाण्याची सोय आहे. गेल्या तीन वर्षांत सलग दोन वर्षे गावाला टँकरने पाणी मिळत होते. पाण्याअभावी उसाचे क्षेत्र घटले होते.

लोकसहभागाचे चळवळीत रूपांतर

सततच्या टंचाईस्थितीच्या जोखडातून बाहेर पडण्यासाठी लोकसहभागातून जलसंधारणाची कामे करण्याचा गावकऱ्यांनी एकमुखी निर्णय घेतला. तानाजीराव साळुंखे यांच्या मार्गदर्शनाखाली जबाबदाऱ्या पेलण्याचे ठरवले. लोकसहभाग वाढवण्यासाठी सुरुवातीला ग्रामदैवत संत श्री नावजीनाथ व कुलदैवत श्री ज्योतिर्लिंग

किवळ, जि. सातारा : जलसंधारण कामांमुळे गावाला पाणी उपलब्ध झाले आहे.

मंदिरासाठीचा ५० लाख रुपये निधी लोकवर्गणीतून उभारण्यात आला. यातून लोकसहभागाचे चळवळीत रूपांतर झाले. गावातील लोकप्रतिनिधींनी गावकऱ्यांसाठी जिल्ह्यातील जलसंधारणाचे काम झालेल्या निढळ व लोधवडे येथे सहलींचे आयोजन केले.

व्यापक प्रमाणात बांधबंधारे

जलसंधारणाच्या कामात प्रारंभी गावच्या डोंगरउताराला पडीक क्षेत्रात जवळपास २१२ हेक्टर क्षेत्रावर खोल समतल चरींचा उपाय घेण्यात आला. त्यानंतर वहिती क्षेत्रावर जवळपास ६२५ हेक्टर क्षेत्राची बांधबंदिस्ती (कंपार्टमेंट बंडिंग) करण्यात आली. यातून चळवळीने व्यापक रूप धारण केले. गावकऱ्यांनी कृषी व जलसंधारण विभागाकडे सातत्याने पाठपुरावा केला. राज्याचे कृषी मंत्री राधाकृष्ण विखे-पाटील यांच्याकडे या कामी लागणाऱ्या निधीची मागणी करण्यात आली. परिणामी, ४५ माती नालाबांध व २० सिमेंट नालाबांधांची साखळी पद्धतीने उभारणी करता आली. त्याचबरोबर महात्मा फुले जलभूमी अभियानांतर्गत जुन्या १३ माती नालाबांधांतील गाळ काढून सुमारे शंभर एकर पडीक क्षेत्र वहितीखाली आणता आले. कृषी विभागांतर्गत राष्ट्रीय कृषी विकास योजना, महात्मा फुले जलभूमी अभियान व साखळी पद्धतीने सिमेंट बंधारे उभारण्याचा कार्यक्रम, तसेच जलसंधारण विभागाची एकत्रित सांगड या उपक्रमात घालण्यात आली.

अशा प्रकारे कायम दुष्काळी किवळ गावालगत जलसंधारण बळकटीकरणासाठी घेतलेल्या उपायांमुळे २५४ टीसीएम अतिरिक्त पाणीसाठा कृषी व लघुसिंचन विभागामार्फत करणे शक्य झाले. भूजल पातळीत तीन मीटरने वाढ झाली. यामुळे २० नवीन व ५० जुन्या विहिरी पुनरुज्जीवित करण्यात

खोल समतल चरीमध्ये साठलेला पाणीसाठा.

आल्या. गेल्या वर्षीच्या पावसाळ्यात ३५० मिलिमीटर पर्जन्यमान झाल्याने विहिरींची पाणीपातळी वाढली. त्यामुळे यंदा हे गाव टँकरमुक्त झाले. शेतीत आठमाहीऐवजी बारमाही पीक पद्धत रूढ झाली. ग्रामस्थांच्या धडपडीला जिल्हाधिकारी डॉ. रामास्वामी एन., जिल्हा कृषी अधीक्षक कृषी अधिकारी प्रतापसिंह कदम, तत्कालीन उपविभागीय कृषी अधिकारी शरद दोरगे, तालुका कृषी अधिकारी शिवप्रसाद मांगले, तत्कालीन उंब्रज मंडल कृषी अधिकारी आर. एस. शेळके व सहकाऱ्यांनी साथ दिली.

लोकसहभागातून उभारलेला जलसंधारणामधील किवळ पॅटर्न राज्याला दिशादर्शक आहे. जानेवारी २०१३ मध्ये जलसंधारणाचे काम पाहण्यासाठी लोधवडे गावाला आम्ही ग्रामस्थांनी भेट दिली. आता आमच्याच गावाला राज्यभरातून लोक येत आहेत, हेच आमच्या कामाचे सार्थक आहे.

सुनील साळुंखे,
उपसरपंच, किवळ

पूर्वी दर वर्षी जानेवारीपर्यंत विहिरींतील पाणी शेतीसाठी मिळायचे. गेली दोन-तीन वर्षे समाधानकारक पाऊसही झालेला नाही, परंतु पाणी अडवण्याची कामे प्रभावीपणे झाल्याने यंदाच्या उन्हाळ्यात विहिरी काठोकाठ भरलेल्या होत्या. याआधारे मी ऊस व डाळिंब पिकाचे नियोजन केले. आंबा, सोयाबीन, मका पिकांसाठी उपलब्ध पाण्याचा संरक्षितपणे वापर करत आहे.

कृष्णात यशवंत साळुंखे,
शेतकरी

रिचार्ज शाफ्ट तंत्रज्ञानाचा घेतला आधार

यंदाच्या उन्हाळ्यात गावाला पाणीटंचाई जाणवू नये, याकरिता भूजल सर्वेक्षण विभागाच्या वतीने माती नालाबांधांजवळ विहिरीमध्ये दोन व नालाबांधांमध्ये चार रिचार्ज शाफ्ट घेतले. याचा परिणाम असा झाला, की यंदाच्या उन्हाळ्यात परिसरातील गावांत कितीही पाणीटंचाई असली तरी किवळला मुबलक पाणी मिळेल, असा दृढ विश्वास निर्माण झाला. त्या पद्धतीने पाणीटंचाईचा धोका उद्‌भवला नाही.

ठिबक सिंचनात वाढ झाली.

जलसंधारण कामांतील ठळक नोंदी

- पाणीसाठ्याचा काटेकोर वापर करण्यासाठी कृषी विभागातर्फे शेती सूक्ष्म सिंचनाखाली आणण्यासाठी जनजागृती.
- सातारा जिल्ह्यातील सामाजिक कार्यकर्ते डॉ. अविनाश पोळ यांचे 'पाणी वाचवा, गाव वाचवा. या विषयावर गावकऱ्यांसाठी मार्गदर्शन.
- जळगाव येथील जैन उद्योग समूह, सांगली जिल्ह्यातील गोटखिंडी, आष्टा, कासेगाव व सातारा जिल्ह्यातील शिरढोण व धावडशी या ठिकाणी शेतकऱ्यांसाठी अभ्यास सहली.
- सुमारे ५०० एकर क्षेत्रावर ठिबक सिंचन प्रणालीचा अवलंब.
- पाण्याच्या उपलब्धीमुळे ऊस, केळी पिकांखालील क्षेत्र वाढले. ५० एकरांवर नव्याने डाळिंब लागवड.
- जलसाक्षरतेची गोडी रेंगाळत ठेवण्यासाठी गावात ठिकठिकाणी पाण्याचे महत्त्व सांगणारे फलक उभारले.
- किवळची जलक्रांती पाहण्यासाठी आतापर्यंत राज्यभरातील १०० सहलींच्या माध्यमातून सुमारे पाच हजार शेतकरी, तसेच मंत्री व संबंधित विभागांतील वरिष्ठ पदांवरील अधिकाऱ्यांनी भेटी देऊन झालेल्या कामांबाबत कौतुक केले.

संपर्क : **सुनील साळुंखे,** उपसरपंच, किवळ, ९४०३३४७७१०
(प्रकाशन दिनांक : १८ जुलै २०१४)

जाखणगाव झाले पाण्याबाबत स्वयंपूर्ण

लोकसहभाग, इच्छाशक्ती आणि योग्य मार्गदर्शनाच्या जोरावर जलसंधारणाची कामे झाल्याने जाखणगाव (जि. सातारा) टँकरमुक्तीच्या दिशेने जाण्यात यशस्वी झाले आहे. बंधारे उभारणीबरोबरच पूर्वीच्या बंधाऱ्यांची दुरुस्ती, गाळ उपसा आदी विविध कामांतून येथील गावकऱ्यांनी दुष्काळी परिस्थितीचे चित्र पालटवण्यास सुरुवात केली आहे.

विकास जाधव

सातारा जिल्ह्यातील खटाव तालुका हा दुष्काळी तालुका आहे. या तालुक्यातील सातारा-पुसेगाव रस्त्यावर साधारणपणे तीन हजार लोकसंख्येचे जाखणगाव आहे. पाण्याचा कोणताही स्रोत नसल्याने दुष्काळात या गावात ग्रामस्थांना टँकरद्वारे पाणी पुरवले जात होते. प्रत्येक कुटुंबास ३५ लिटर पाणी मोजून दिले जात होते. कडक दुष्काळामुळे जवळपास २२० विहिरी पाण्याअभावी कोरड्या पडल्या होत्या, त्यात सर्वत्र गवत उगवले होते; तसेच जनावरांसाठी गावात छावणी सुरू करण्यात आली होती. या छावणीत गावातील १२५ जनावरे दाखल करण्याची वेळ आली होती. दुष्काळामुळे पेरणी करता न आल्याने सर्वच क्षेत्र तसेच पडून होते. हातपंपांना अर्धा तास हापसा केल्यावर एक कळशीभर पाणी यायचे. याच दरम्यान सातारा जिल्ह्यातील सामाजिक कार्यकर्ते डॉ. अविनाश पोळ यांच्याशी येथील

यंदाच्या जुलै महिन्यात पाऊस समाधानकारक नसला तरी हातपंपांना चांगले पाणी येत असल्याने पिण्याच्या पाण्याचा प्रश्न सुटला आहे.

निष्कृष्ट बंधाऱ्यांना दगडाचे पिंचिंग करून गळती थांबवून बंधाऱ्याचे मजबुतीकरण करण्यात आले.

ग्रामस्थांचा संपर्क झाला. झालेल्या चर्चेतून पाण्याचा प्रश्न मिटवण्यासाठी जलसंधारणाची कामे हाती घेण्याचा मुद्दा समोर आला. जाखणगावच्या सरपंच कृष्णाबाई वायदंडे यांच्या अध्यक्षतेखाली ग्रामसभा घेण्यात आली. त्यात कोणती कामे कशा प्रकारे करता येतील, पाणीटंचाई कशी दूर करता येईल याबाबत दिशा ठरवण्यात आली. सर्व कामांत लोकसहभाग सर्वांत महत्त्वाचा असल्याच्या मुद्द्यावर एकमत झाले.

पाणलोट कामांस प्रारंभ

गावात ओढ्यावर पूर्वी कृषी विभागाकडून १० बंधारे बांधण्यात आले होते. या बंधाऱ्यांचे काम निष्कृष्ट झाल्यामुळे बंधाऱ्यांत पाणी साचून राहत नव्हते, त्यामुळे हे बंधारे गाळाने भरले होते. प्रथम या बंधाऱ्यांची रचना बदलण्याचा निर्णय घेण्यात आला. या बंधाऱ्यांना दरवाजे होते. काँक्रीटद्वारे ते बंद करण्यात आले. काही बंधाऱ्यांचे काम निष्कृष्ट असल्याने या बंधाऱ्यांच्या भिंतींतून मोठ्या प्रमाणात पाणीगळती होत होती. अशा बंधाऱ्यांना आतील बाजूस दगडाचे पिंचिंग करून बंधाऱ्यांचे मजबुतीकरण करण्यात आले. यामुळे बंधाऱ्यांतून गळती थांबवण्यास मदत झाली. त्यानंतर लोकसहभागातून ओढ्याचे रुंदीकरण व खोलीकरण करण्यात आले. त्यातील

दुष्काळामुळे गावाला पाणीटंचाईचा सामना करावा लागे, त्यामुळे शेतीचे नुकसान झाले होते. आता गावातील सर्वांनी एकत्र येऊन जलसंधारणाची कामे हाती घेऊन ती पूर्ण केली आहेत, त्यामुळे टँकरमुक्ती होण्यास मदत झाली आहे. पाणी उपलब्ध झाल्यामुळे बागायत शेतीला चालना मिळाली. गावाचा आर्थिक स्रोत आता वाढतो आहे. जनावरांच्या पिण्याच्या पाण्याची तहानही भागवली जात आहे.

जितेंद्र शिंदे, उपसरपंच,
जाखणगाव

तीन वर्षे पाऊस नसल्यामुळे पेरणी करण्यावर मर्यादा आल्या होत्या. जनावरेही छावणीत ठेवावी लागली होती. पाणलोटाची कामे झाल्यामुळे विहिरींची पाणीपातळी वाढली, यामुळे माझे दोन एकर क्षेत्र बागायत झाले. सध्या ऊस, बटाटा व ज्वारी पिके घेतली आहेत, अजूनही पाणीपातळी चांगली आहे.

जगन्नाथ शिंदे, शेतकरी,
जाखणगाव

विहिरीच्या पाणीपातळीत वाढ झाल्याने शेतकऱ्यांना उसासारखे पीक घेता आले.

गाळ काढण्यात आला. सुमारे १० बंधाऱ्यांतील गाळ काढण्यात आला. हा गाळ शेतकऱ्यांनी आपल्या शेतात वापरण्यासाठी नेला. १० बंधाऱ्यांचे पुनरुज्जीवन करण्यात आले. 'सकाळ माध्यम समूहा'च्या तनिष्का स्त्रीप्रतिष्ठा अभियानाच्या माध्यमाची जलसंधारणाच्या कामांत मोठी मदत झाली.

पीकपद्धतीत बदल

दुष्काळामुळे गावातील शेतजमीन पडून होती. पाणलोटाची कामे झाल्यानंतर पुढील दृश्यपरिणाम दिसून येऊ लागले. ज्या वेळी दमदार पाऊस झाला तेव्हा बंधारे पाण्याने तुडुंब भरून गेले. यामुळे विहिरींच्या पाणीपातळीत वाढ झाली. शेतकरी पारंपरिक पिकांव्यतिरिक्त अन्य पिकांचा विचार करू लागले. बागायती शेतीसाठी त्यांचे नियोजन सुरू झाले. गावातील सुमारे पंधराशे हेक्टर क्षेत्र बागायत होण्यास त्यामुळे मदत झाली. या बागायत क्षेत्रात ऊस, आले, बटाटा, कांदा, सोयाबीन यांसारखी पिके आता घेतली जात आहेत. मागील वर्षाच्या तुलनेत या वर्षी पिकांच्या क्षेत्रात वाढ झाली आहे. गावात दुष्काळी परिस्थितीत पूर्वी १०० ते १५० लिटर दूध संकलन होत होते. आता परिस्थितीत बदल झाला आहे. शेतकऱ्यांकडील दुधाळ जनावरांचे दूध उत्पादन वाढले असून, सध्या संकलन ६०० ते ७०० लिटरपर्यंत पोचले आहे.

पाणी उपलब्ध झाल्यामुळे दोन एकर बटाटा व एक एकर कांद्याचे पीक घेतले आहे. जुलै आला तरी अजून विहिरीत बऱ्यापैकी पाणीपातळी टिकून आहे.

बाळासाहेब शिंदे, शेतकरी

जाखणगावच्या ग्रामस्थांची एकजूट चांगली असल्याने पाण्याबाबत स्वयंपूर्ण होण्याच्या दिशेने गावाची वाटचाल सुरू झाली आहे. बंधारे पुनरुज्जीवित केल्याने विहिरींच्या पाणीपातळीत वाढ झाली आहे. पिण्याच्या पाण्याचा प्रश्न सुटला आहे.

डॉ. अविनाश पोळ,
सामाजिक कार्यकर्ते, सातारा

जलसंधारण कामाचे यश

लोकसहभागातून करण्यात आलेल्या जलसंधारण कामांमुळे पाण्यावाचून कोरड्या पडलेल्या २९०

जलसंधारणाच्या कामांमुळे गावातील विहिरींची पाणीपातळी टिकून आहे.

विहिरींच्या पाणीपातळीत वाढ झाली. वर्षातून आठ महिने टँकर सुरू असणाऱ्या जाखणगावात टँकरमुक्त परिस्थिती निर्माण झाली आहे. पाणलोटाच्या कामांनंतर जो पाऊस झाला, त्या वेळी गावातील हातपंपांना विना हापसा पाणी येत होते. सध्याही त्यांची परिस्थिती समाधानकारक असून, ग्रामस्थांचा पिण्याच्या पाण्याचा प्रश्न सुटला आहे.

जाखणगावात झालेली महत्त्वाची कामे

१) गावातील १० बंधाऱ्यांचे पुनरुज्जीवन
२) मातीचे चार बंधारे बांधण्यात आले
३) दहा हजार मीटर क्षेत्रात बांधबंदिस्ती
४) २५ दगडी बांध बांधण्यात आले

संपर्क : **जितेंद्र शिंदे,** उपसरपंच, जाखणगाव, ९८८१०३९५१३
डॉ. अविनाश पोळ, सामाजिक कार्यकर्ते, सातारा, ७५८८०५९४९७
(प्रकाशन दिनांक : १९ जुलै २०१४)

www.ingramcontent.com/pod-product-compliance
Lightning Source LLC
LaVergne TN
LVHW082040051026
849532LV00011B/3424